எம்டன் செல்வரத்தினம்

# சென்னையர் கதைகள்

கிழக்கு பதிப்பகம்
2017ம் ஆண்டு நடத்திய
'சென்னை சிறுகதைப் போட்டி'யில்
தேர்வு பெற்ற கதைகளின் தொகுப்பு.

# எம்டன் செல்வரத்தினம்

---

## சென்னையர் கதைகள்

கிழக்கு

எம்டன் செல்வரத்தினம்: சென்னையர் கதைகள்
Emdan Selvarathinam: Chennaiyar Kathaigal


First Edition: November 2017
152 Pages

ISBN 978-93-86737-37-3
Kizhakku - 1051

Kizhakku Pathippagam
177/103, First Floor,
Ambal's Building, Lloyds Road,
Royapettah, Chennai 600 014.
Ph: +91-44-4200-9603

Email : support@nhm.in
Website : www.nhm.in

Kizhakku Pathippagam is an imprint of New Horizon Media Private Limited.

சென்னை தினத்தை முன்னிட்டு கிழக்கு பதிப்பகம் நடத்திய 'சென்னை சிறுகதைப் போட்டி'க்கு 200க்கும் மேற்பட்ட கதைகளை எழுத்தாளர்கள் அனுப்பி இருந்தார்கள்.

இக்கதைகளைப் படித்து, வெற்றி பெற்ற கதைகளை அறிவிக்கும் நடுவர்களாக இருந்து செயல்பட்டவர்கள் எழுத்தாளர் இரா. முருகனும், எழுத்தாளர் கே.என்.சிவராமனும்.

இதில் பங்குகொண்ட அனைத்து எழுத்தாளர்களுக்கும், நடுவர்களுக்கும், மீடியா பார்ட்னரான மயிலாப்பூர் டைம்ஸுக்கும், வின்சண்ட் அவர்களுக்கும் கிழக்கு பதிப்பகத்தின் சார்பில் நன்றி.

**பதிப்பாளர்**

# மானுடம் பாடும் கதைகள்

இது சிறுகதை மருவிய காலம். சிறுகதைகளின் வரவு ஆகக் குறைந்துவிட்டது. பத்திரிகை இதழ் ஒன்றுக்கு நாலு கதை, வானொலியில் வாசித்துக் கேட்ட கதை, வரிசையாக வரும் புதிய சிறுகதைத் தொகுப்புகள் என்று அனுபவமான சிறுகதைப் பெருக்கு இன்று இல்லை.

சிறுகதை ஒரு மாயச் சுழற்சியில் பட்டிருக்கிறது. சிறுகதை எழுதப்படாததால் பிரசுரிக்கப்படவில்லை. பிரசுரிக்கப்படாததால் வாசிக்கப் படவில்லை. வாசிக்கப்படாததால் அதன் ஈர்ப்பு குறைய வரவேற்பும் நாளடைவில் குறைந்து, இதழ்கள் வேறெதையோ தேடிப் போய்க் கொண்டிருக்கின்றன.

நூற்றைம்பது சிறுகதைகளுக்கு மேல் நான் எழுதியிருந்தாலும் இன்று சிறுகதைக் கரு மனதில் தோன்றினால் அது தன்வயமாகத் தற்போது எழுதி வரும் நாவல நீரோட்டத்தில் கலந்து விடுகிறது. சிறுகதை மட்டுமா, டயரிக் குறிப்பு, பத்திரிகைச் செய்தி, சமையல் குறிப்பு, பச்சிலை மருத்துவம், திரைக்கதை என்று எல்லாமே கதைப் பிரவாகத்தில் கலந்து நகர்ந்து போக, நவீன நாவலின் சிதறுண்ட கதையாடல் (fragmented narration) வழி செய்கிறது. சிறுகதையின் இழப்பு இன்னொரு இலக்கிய வடிவத்துக்கு அணிசெய்யப் போய்விடும் சூழல் தவிர்க்க முடியாதது.

இந்த மருவிய காலத்திலும் பிடிவாதமாகச் சிறுகதை எழுதுகிறவர்களாக, ஐந்து கதை இல்லாவிட்டாலும் நிறையச் சுருக்கி வார இதழில் ஒரே ஒரு கதை மட்டும் என்றும் பிரசுரிக்கும் பத்திரிகையாக, பிடிவாதமான சிறுகதை ரசிகர்களாக இந்த இலக்கிய வடிவத்தை இன்னும் வாழ வைத்துக் கொண்டிருக்கும் எல்லோருக்கும் என் வந்தனம்.

இது மாற்றுச் சவ்வூடு (reverse osmosis) பரவும் காலம். உயிர்த்து இயங்கிக் கொண்டிருப்பதற்காகச் சிறுகதை உருவம் மாற்றி வருகிறது. நீளம் குறைந்து வாமனனாகி ஒரு பக்கத்தில் உலகளக்கப் பார்க்கிறது. அரைப் பக்கச் சிறுகதை, 140 எழுத்து குறுங்கதை கூட வர ஆரம்பித்துவிட்டது. சற்றே நீண்ட புதுக் கவிதை சிறுகதை வேடம் கட்டி வருகிறது. திரைக்கதையும் சிறுகதையாகி வலம் வருகிறது. எழுதுவார் எழுதினால் சலவைத்துணிக் கணக்கும் சிறுகதைதான்.

சிறுகதைகளை உயிர்த்திருக்கச் செய்யும் முயற்சியில் எடுத்து வைத்த சிறு சிறு செங்கற்களாகவே கிழக்கு பதிப்பகத்தில் சென்னைச் சிறுகதைப் போட்டிக்கு எழுதப்பட்ட எல்லாச் சிறுகதைகளையும் கருதுகிறேன். சிறுகதைத் தொகுப்பாகப் பிரசுரமாகும் இந்தக் கதைகள், சிறுகதைக்கு ஆயுள் ரேகை தீர்க்கமாக இருப்பதைத் தெள்ளெனத் தெரிவிப்பவையாக அமைகின்றன.

அயர்லாந்துக்காரரான ஜேம்ஸ் ஜாய்ஸ் தான் வாழ்ந்திருந்த தேசத் தலைநகர் டப்ளின் நகரைக் கதைக் களமாக்கி எழுதிய சிறுகதைகளின் தொகுப்பான டப்ளினர்ஸ் (Dubliners) போல சென்னையைச் சுற்றிச் சுழலும் சிறுகதைகளை எழுதி சென்னையர் கதைகள் என்று தலைப்பிட்டு எந்தத் தமிழ் எழுத்தாளரின் தமிழ்ச் சிறுகதைத் தொகுப்பும் இதுவரை வந்ததில்லை. சொல்லப்போனால், நெல்லைக்கு மட்டும்தான் இந்த இலக்கிய கீர்த்தி கிடைத்திருக்கிறது இதுவரை – வண்ணநிலவனின் 'தாமிரபரணிக் கதைகள்' மூலமாக. சென்னைக்குச் சிறுகதை இலக்கியப் புகழாரம் சூட்டப்படாத வசை கிழக்குப் பதிப்பகத்தின் இந்தச் சென்னைத் தொகுப்பின் மூலம் சற்றே தீர்ந்தது.

இந்தக் கதைகளில் இரண்டு விதமான கதைப்போக்கைக் காணலாம். சென்னை நகரவாசியாக இல்லாமல், இங்கே வந்து, சற்றே இருந்து, திரும்பிப் போகும் மற்ற ஊராரான எழுத்தாளர்கள் எழுதும் கதைகள் ஒரு வகை. இவற்றில் கதைத் தலைவன் (பெரும்பாலும் ஆண் – வாலிபன்) சென்னையில் தனியனாக மேன்ஷனில் இருந்து வேலைக்குப் போகும் நண்பனுடைய அறையில் விருந்தாளியாகத் தங்கிப் பெறும் சென்னை அனுபவங்கள் இக்கதைகளின் நிகழ் வாகின்றன. இவர்கள் பெரும்பாலும் சிகரெட் புகைக்கிறவர்களாக இருப்பது, நல வாழ்வு, சுற்றுச் சூழல் தூய்மை என்ற பார்வையில் கவலை தருவதைப் பதிந்தாக வேண்டும்.

சென்னைசார் எழுத்தாளர்களின் கதைகள் தீராத சென்னைப் பிரச்சனைகளான தண்ணீர், சுகாதாரம், போக்குவரத்து, 2015

பெருமழை பற்றிப் பருந்துப் பார்வை பார்த்து நகர்கின்றன. புறநகரில் வீடு கட்ட நிலம் வாங்குவது குறித்த ஒரு சுவையான கதையும் இவற்றில் உண்டு.

சென்னையை இந்தப் பார்வைக் கோணங்களில் இருந்து விடுபட்டு, நிகழ்கால, அண்மைக்கால வரலாற்றுக் கோணத்தில் பார்க்கும் அபூர்வமான சிறுகதைகளில் ஒன்று முதல் பரிசு பெற்ற ஸ்ரீதர் நாராயணனின் படைப்பு. ஜெர்மானியக் கப்பல் எம்டன் மதராஸ் பட்டணத்தில் குண்டு வீசிப் போன 1914-ஆம் ஆண்டில் நிகழும் இக்கதை உறுத்தாமல் புனைவோடு வரலாற்றைக் கலக்கிறது.

இத்தொகுப்பில் உள்ள கதைகளை எழுதியவர்கள் பலரும் இணையக் குழுமம், வலைப்பூ, பேஸ்புக், இணைய இதழ்களில் எழுதத் தொடங்கி, எழுதி எழுதிப் பழகிச் சிறுகதை எழுத வந்தவர்கள். கதை மொழியில் அநேகமாக வெற்றி பெற்றிருக்கிறார்கள் இவர்களெல்லாம். இண்டர்நெட்டுக்கு நன்றி.

சென்னைக்காரராக இருந்தாலும் இல்லாவிட்டாலும் படிக்க வேண்டியவை இக்கதைகள். எங்கே இருப்பினென்? மானுடம் பாடுவது மகத்தானதல்லவா!

**இரா. முருகன்**

# திணைகளின் பெருவெளி

மிகையில்லை. எந்நேரமும் வியப்பது 'திணைக் கோட்பாட்டை' வடிவமைத்த முன்னோர்கள் குறித்துத்தான். உலகில் வேறெந்த மொழியிலும் இல்லாத அதிசயம் இது.

மனிதர்களின் வாழ்க்கையை, வாழ்வியலை, அவர்களது உணவை, பொருளாதார இயக்கத்தை, அது சார்ந்த மொழிக் கட்டமைப்பை, உடையை, கலையை... இன்னும் என்னவெல்லாம் இருக்கிறதோ அவை அனைத்தையும் உள்ளடக்கியது 'திணை' மட்டுமே.

மறுக்கவில்லை. பல காலகட்டங்களைக் கடந்து இன்று நவீன உலகில் வாழ்ந்து கொண்டிருக்கிறோம்.

மலையும் மலை சார்ந்த இடங்களும் அல்லது கடலும் கடல் சார்ந்த இடங்களும் அல்லது காடும் காடு சார்ந்த இடங்களும் அல்லது வேளாண்மையும் வேளாண்மை சார்ந்த இடங்களும் அல்லது பாலைவனமும் பாலைவனம் சார்ந்த இடங்களும் எனத் துல்லியமாக ஒரு இன்ச் நிலத்தைக் கூட இன்று வரையறுக்க முடியாதுதான். ஐந்திணையும் ஐம்பூதங்களிலும் இரண்டறக் கலந்திருக்கிறதுதான்.

என்றாலும் 'திணை' அழியவில்லை. வேறொன்றாக மாறியிருக் கிறது. வளர்ந்திருக்கிறது. நிறைந்திருக்கிறது. சென்னை மாநகர மாகவும் காட்சியளிக்கிறது!

தமிழகத்தின் வேறு எந்த நகரத்துக்கும் இல்லாத பல சிறப்புகள் சென்னை மாநகர நிலத்துக்கு உண்டு.

அதில் பிரதானமானது திணை.

ஆயிரம் ஆண்டு வரலாறு கொண்ட இப்பிரதேசத்தில் ஆணிவேரைத் தொலைத்த மரங்கள் பட்டுப் போனபடி நடமாடிக்

கொண்டிருக்கின்றன. இது புலம் பெயர்ந்தவரின் நகரம். வந்தேறிகளின் வாழ்விடம். பூர்வக்குடிகளை அடித்து விரட்டி நூற்றாண்டாகிறது. இந்தியாவிலுள்ள மூன்று பெரிய துறைமுக நகரங்களுள் ஒன்று. தமிழகத்தின் தலைநகரம். இத்யாதி, இத்யாதி என்பதான பிம்பத்தின் பின்னால் கணக்கிலடங்கா திணைகள் மிதக்கின்றன.

மெரினாவும் இருக்கிறது. கூவமும் ஓடுகிறது. அண்ணா சாலையும், ஈஸிஆர் ரோடும், ராஜீவ் காந்தி சாலையும் இருப்பது போலவே பிராட்வேக்களும் நிரம்பி வழிகின்றன. கோடம்பாக்கமும் உண்டு. கொளத்தூரும் உண்டு. போட் கிளப்பும் உண்டு. புளியந் தோப்புகள், கூவம் கரை ஆகியவற்றில் சேரியும் உண்டு.

உயர் நடுத்தர வர்க்கங்கள் வாழும் அண்ணா நகரும், அடையாரும் இருப்பது போலவே நடுத்தர வர்க்கங்கள் ஒண்டுக் குடித்தனங்களில் மூச்சுத் திணறும் திருவல்லிக்கேணியும், சைதாப்பேட்டையும் உண்டு. அக்ரகாரங்கள் மாம்பலம், மயிலாப்பூர், திருவல்லிக்கேணி, குரோம்பேட்டை ராதாநகரில் செருகப்பட்டுள்ளது போலவே நிழல் உலக மனிதர்கள் வாழும் தண்டையார்பேட்டைகளும், புதுப் பேட்டைகளும் செருகப்பட்டுள்ளன.

குஜராத்திகளும், மார்வாடிகளும் சவுகார்பேட்டையில் சங்கமமாகி யிருப்பது போலவே முகமதியர்களும், கிறிஸ்தவர்களும், இந்துக்களும் நீக்கமற நிறைந்திருக்கிறார்கள்.

கனவுத் தொழிற்சாலையான கோடம்பாக்கமும், சாலிக்கிராமமும், வளசரவாக்கமும் இருப்பது போலவே, கனரகத் தொழிற்சாலை களான அம்பத்தூர் உள்ளிட்ட தொழிற்பேட்டைகளும், இன்றையத் தொழில்நுட்ப உச்சமான டைடல் பார்க்கும் கண் சிமிட்டுகின்றன.

நாடார் கடைகளும், வன்னியர் தெருக்களும், சேட்டன்களின் டீ கடைகளும் மாநகரத்தின் எல்லா சந்து பொந்துகளிலும் இருப்பது போலவே, மொபைல் ஷோ ரூம்களும், ரெடிமேட் துணிக்கடை களும், நகைக் கடைகளும் நம்மை அன்புடன் வரவேற்கின்றன.

மின்சார வயருக்கு சமமாக, கேபிள் ஒயர்கள் ஓடுவது போலவே அனைத்துச் சுவர்களிலும் ஒட்டப்படும் போஸ்டர்களில் பிரபஞ்சத்திலுள்ள அத்தனை வகையான பெண்களின் மார்பகங்களும் பிதுங்கி வழிகின்றன.

சைக்கிள்களும் சாலைகளில் செல்கின்றன. பென்ஸ் கார்களும் பறக்கின்றன. காபி 15 ரூபாய்க்கும் கிடைக்கிறது, ஐந்நூறு

ரூபாய்க்கும் கிடைக்கிறது. அண்ணாச்சியே சூப்பர் மார்கெட்டும் நடத்துகிறார். திரிசூல மலையையே குழந்தைகள் தங்கள் முதுகில் சுமந்து செல்வதால், அம்மலையை வெடி வைத்துத் தகர்த்துக் கொண்டிருக்கிறார்கள்.

பேய் மழை பெய்தால் வீடுகள் மிதக்கின்றன. சின்ன தூறல் விழுந்தாலும் வீட்டினுள் ஒழுகுகிறது.

டிசம்பர் மாதம் சாஸ்த்ரிய சங்கீத சபாக்கள் ஆரோகணம் பாடுவது போலவே ஜாஸூம், ராப்பும் அவரோகணம் இசைக்கின்றன. அமெச்சூர் நாடகங்கள் நான்கு சுவருக்குள் கிச்சுகிச்சு மூட்டுவது ஒருபக்கம் என்றால், நவீன நாடகங்கள் தெருக்களில் உயிர்வாழ்வது இன்னொரு பக்கம்.

நல்ல காதல், கெட்ட காதல், கள்ளக் காதல் என்றெல்லாம் காதலில் இருக்கிறதா என ஓயாமல் அலைகள் ஆராய்ந்து கொண்டிருக்க... சூரியன் அஸ்தமித்ததும் கடற்கரையின் மறைவான இடங்களில் ஜோடி ஜோடியாக எழுப்புதல் கூட்டங்களை நடத்திக் கொண்டிருக் கிறார்கள். சேவல் பண்ணைகளின் கழிவறைகளிலும், குளியலறை களிலும், சாக்கடைகளிலும் பலகோடி உயிர்கள் தினமும் மரணிக்கின்றன.

பறக்கும் இருசக்கர வாகனங்களின் பின்னிருக்கைகள் புட்டங்களை நிரப்பும்போதே அர்த்தம் பெருகுகிறது. மனம் சார்ந்த காமத்தை நியான் விளக்குகள் அழித்துவிட்டன. உலகம் சுருங்கிவிட்டதுக்கு அடையாளமாக, மெக்ஸிகோவில் இருக்கும் அழகியை கூடுவாஞ் சேரியில் இருந்தபடியே புணர முடிவதன் மூலம் அறிய முடிகிறது.

ஆண்களின் எழுச்சியையும், பெண்களின் நெகிழ்ச்சியையும், பிம்பங்களும், செயற்கைச் சாதனங்களும் தீர்மானிக்க ஆரம்பித்துப் பல மாமாங்களாகின்றன. இல்லாத உருவங்களை மனதில் இருத்தி, அகப்படும் தசைகளுடன் இணையும் தந்திரத்தை அனைவருமே கற்றிருக்கிறார்கள்.

பேருந்தில் ஏறி இறங்கும் நேரத்தில் காதல் மலர்ந்து, உடல்கள் இணைந்து, பெரு வெடிப்பாய்க் காமம் சிதறுகிறது. அலறும் செல்ஃபோன்களில் கடன் வாங்கச் சொல்லி கிளிகள் கொஞ்சுவது போலவே கடனட்டைக்குப் பணம் கட்டச் சொல்லிக் காண்டா மிருகங்கள் உறுமவும் செய்கின்றன.

சென்னையின் மக்கள் தொகையை எண்ண முடிந்தாலும் காற்றில் பிடிப்பில்லாமல் மிதக்கும் கனவுகளை எண்ண முடியாது போலிருக்கிறது. நம்பிக்கை, அவநம்பிக்கை, லட்சியம், சோர்வு,

இயலாமை, அந்நியமாதல், மனம் பிறழ்தல், பக்தியில் திளைத்தல், தற்கொலை செய்து கொள்ளுதல், விபத்தில் கை - கால்களை இழத்தல்...

புல்லாகி, புழுவாகி, மரமாகி, பல் மிருகமாகி, பறவையாய், பாம்பாய் உருமாறி, உருமாற்றி அனைத்தையும் ஜீரணித்தபடி சென்னை வளர்ந்துகொண்டே இருக்கிறது. திக்குத் தெரியாத காட்டில் வட்டமெனத் தெரியாமல் மனிதர்கள் ஓடிக்க்க்க்கொண்டே இருக்கிறார்கள். ரத்தம் கக்கி இறப்பவர்களின் சடலங்களைச் சீந்தவும் ஆளில்லை.

இது சென்னையா அல்லது இதுதான் சென்னையா அல்லது இதுவும் சென்னையா அல்லது இதுவே சென்னையா?

நரகமா? சொர்க்கமா? திரிசங்கா?

விடைகளுக்கான பாதையை சர்வநிச்சயமாக 'திணை'தான் சுட்டிக் காட்டுகிறது.

எனவேதான் புதுமைப்பித்தனில் ஆரம்பித்துப் பலரும் சென்னை வாழ்க்கையைச் சிறுகதையில் பதிவு செய்திருக்கிறார்கள். அதிலுள்ள உயிரையும், பிணத்தையும் உணர வைத்திருக்கிறார்கள்.

இப்படி அணுகி, உருகி, விலகி, சிறுகதை எழுதியவர்களில் சென்னையை பூர்வீகமாக (?) கொண்டவர்களும், வாழிடமாகக் கொண்டவர்களும், பிழைக்க வந்தவர்களும் அடக்கம்.

அனைவரது கதைகளிலும் சென்னையின் வெக்கையும், வாசனையும், துரோகமும், வன்மமும், அன்பும் இருப்பதாகவே நம்புகிறேன். சகலத்திலும் 'திணை'யின் வாசனை தூக்கலாக இருப்பதாகவே நுகர்கிறேன்.

அவற்றை சுவாசிக்கும் முயற்சியில் ஒன்றாகவே 'சென்னை சிறுகதைப் போட்டி' அமைந்திருக்கிறது. ஏனெனில் சென்னைக்கான கதைகளை சென்னை மட்டும்தான் பிரசவிக்கிறது.

யோசித்துப் பாருங்கள். அசோகமித்திரனின் 'தண்ணீர்', 'கரைந்த நிழல்கள்' உள்ளிட்ட நாவல்களும் சரி... அவரது எண்ணற்ற சிறுகதைகளும் சரி... அவற்றை வேறொரு நிலத்தில் நட முடியுமா? நட்டால்தான் அவை வளருமா?

எல்லாமே கதைகள்தான். அனைத்தின் அடிநாதமும் உறவுச் சிக்கல்களும், காதலும், துரோகமும், வன்முறையும்தான்.

என்றாலும், வண்ணநிலவனின் 'எஸ்தர்', திருவல்லிக்கேணியில் வாழமாட்டார். இங்கும் கடல் இருக்கிறது என்பதற்காக

‘கடல்புரத்தில்’ நாவலை காசிமேட்டைப் பின்னணியாக வைத்து எழுதிவிட முடியாது. ‘இதுக்குத்தானா..? ஆமா. இதுக்குத்தான்...’ என எல்லா ஊர்களிலும் பாபுவிடம் ஜமுனா கேட்டுக் கொண்டுதான் இருக்கிறாள். ஆனால், கும்பகோணத்தில் ஆரம்பித்து சென்னையில் முடிந்ததால்தான் அது ‘மோக முள்.’

ந.பிச்சமூர்த்தியின் ‘ஜம்பரும் வேஷ்டியும்’ சிறுகதையும் சரி... கு.ப.ராஜகோபாலனின் ‘ஆற்றாமை’யும் சரி... கு.அழகிரிசாமியின் ‘காற்றும்’ சரி... *1940-50-60*களின் சென்னைக்கு மட்டுமே உரிய ஒண்டுக்குடித்தன ‘திணை’ எச்சம். இவற்றை ஒருபோதும் தாமிரபரணி ஓரம் எழுத முடியாது.

ஏனெனில் கதை மாந்தர்களின் மனநிலையைத் தீர்மானிப்பது அகக் காரணங்கள் மட்டுமல்ல. அகத்தில் தாக்கத்தை ஏற்படுத்தும் புறச் சூழல்களே உறவுக்கும் பிரிவுக்கும் துரோகத்துக்கும் வேராகின்றன. இந்தப் புறச்சூழலை சந்தேகத்துக்கு இடமின்றி வடிவமைப்பது நிலங்களும் அந்நிலம் சார்ந்த பொருளாதார இயக்கங்களும்தான்.

அதனாலேயே சென்னை திணைகளை வரிசைப்படுத்துகிறது. சேர்க்கிறது. பிரிக்கிறது. கலக்கிறது. ஒன்றைப் பலவாறாக காலம்தோறும் மாற்றுகிறது. மாற்றியபடியே மாநகரமாகிறது.

இல்லாவிட்டால் ‘மவுண்ட் ரோடு’ புதுமைப்பித்தனுக்கு ‘மகாமசானமாக’ தெரிந்திருக்காது. ஒரு கிழவனின் மரணத்தை ஒரு குழந்தையைப் போல வேடிக்கைப் பார்த்திருக்காது.

ஆனால், பாருங்கள்... இதே சாலைதான் சுஜாதாவுக்கு ‘அண்ணாசாலை *2094*’ ஆகத் தெரிந்திருக்கிறது! அனுமதி வாங்கி நுழையத்தக்க அற்புதச் சாலையாகக் காட்சியளித்திருக்கிறது!

இது முரண் மட்டுமல்ல. இதுவேதான் சென்னையின் வரலாறும்.

அதனாலேயே சென்னையை மையமாக வைத்து எழுதப்படும் சிறுகதைகள் காலவெள்ளத்தில் கல்வெட்டாக மாறுகின்றன. அந்தந்தக் காலகட்டத்தின் ஆவணமாகப் பரிணமிக்கின்றன.

*1970*களில் அடித்தட்டு மார்வாடிகள் இந்த மாநகரத்தில் எப்படி வாழ்ந்தார்கள் என்பதை திலீப்குமாரின் ‘தீர்வு’ சிறுகதைதானே பொட்டில் அறைந்து புரிய வைக்கிறது?

மனையடி சாஸ்திரம் தெரிந்த, அனுபவபூர்வமாக நிலத்தின் சூட்சுமத்தை உணர்ந்த கொத்தனார், பிழைப்புத் தேடி சென்னைக்கு வந்து, ஏட்டுச் சுரக்காய் இன்ஜினியரிடம் படும் அவஸ்தைகளையும்

அதுசார்ந்த சிக்கல்களையும் உணர வேண்டுமானால் கோணங்கியின் ‘மாயாண்டி கொத்தனின் ரஸமட்டம்’ சிறுகதையைப் படிப்பதுதானே ஒரே வழி?

ஐந்திணை என வகுத்தது சங்ககாலம். அதுவே ஐந்தாயிரத்துக்கும் மேற்பட்ட திணைகளாக உருமாறியிருப்பதை பூதக்கண்ணாடி இல்லாமலேயே விளக்குவது சென்னைக் காலம்.

இந்த நிலத்துக்கு யார் வேண்டுமானாலும் வரலாம். எப்படி வேண்டுமானாலும் பிழைக்கலாம். அமைப்பு சார்ந்த வேலைகளுக்கு சமமாக அமைப்புசாரா பணிகளும் இங்குண்டு.

மாதத் தவணைகளில் மூச்சுத் திணறுபவர்களுக்கு மத்தியில் காலையில் வட்டிக்குப் பணம் வாங்கி வியாபாரம் செய்துவிட்டு மாலையில் அதை அடைப்பவர்களும் இங்குதான் வாழ்கிறார்கள். கோடிகளில் வங்கியில் கடன் வாங்கிவிட்டு அதை மாதந்தோறும் லட்சங்களில் செலுத்திக் கொண்டிருப்பவர்களும் இங்கேயேதான் வசிக்கிறார்கள்.

தியாகராய நகரில் நடைபாதை வியாபாரிகளும் உண்டு. அடுக்குமாடி ஷோரூம் வணிகர்களும் உண்டு. தலைமுறை தலைமுறையாக ஒரே தொழிலை செய்பவர்களுக்கு இடம் இருப்பது போலவே பருவத்துக்கு ஏற்ப தொழில் செய்யும் தொழில்முனைவோருக்கும் இடமிருக்கிறது.

இவர்கள் அனைவரிடமும் கதை இருக்கிறது. அனைத்துக் கதைகளிலும் அதற்கே உரிய மொழியும் இருக்கிறது. ராயப்பேட்டை யின் உரையாடல் அமைப்பு வேறு. பெசண்ட் நகர் குடும்பத்தின் பேச்சு அமைப்பு வேறு. கிடங்குத் தெருவின் வணிக அமைப்பை கோயம்பேடு வியாபாரத்துடன் பொருத்திப் பார்க்க முடியாது.

இவற்றை எல்லாம் விட அனைத்துக்கும் தனித்தனியே திணைகளும் அத்திணைக்கான இலக்கண அமைப்பும் இவற்றின் அடித்தளமாக விளங்கும் பொருளாதாரக் கட்டமைப்பும் இருக்கின்றன. இவையே ‘முகமாக’ ஜொலிக்கின்றன.

இப்படி ஒவ்வொரு ஊருக்கும் ஒவ்வொரு முகம் இருக்கிறது. அம்முகத்துக்குப் பின்னால் திணையும்.

என்றாலும் முகத்துக்குள் முகங்களும், திணைக்குள் திணைகளும் இருக்கும் ஒரே நிலம் / பிரதேசம் சென்னைதான்.

அதற்கான சாட்சிதான் இந்த நூல்.

கிழக்கு பதிப்பகம் நடத்திய 'சென்னை சிறுகதைப் போட்டி'யில் போட்டியில் பங்கேற்ற அனைவருமே 'கதை'யை எழுதவில்லை. மாறாக வேறெந்த ஊருக்கும் / நகருக்கும் பொருந்தாத, சென்னைக்கு மட்டுமே உரிய தருணங்களை / கணங்களை / வெடிப்பைப் பதிவு செய்திருக்கிறார்கள். அதன் வழியே தங்களுக்கான 'திணை'யை நோக்கி நகர்ந்திருந்தார்கள்.

இத்தொகுப்பில் இருக்கும் சிறுகதைகளைப் படித்தபின் நீங்களே ஒப்புக் கொள்வீர்கள்.

சென்னை, மாநகரம் மட்டுமல்ல. அது 'திணை'களின் பெருவெளி என்று.

**கே.என்.சிவராமான்**

# உள்ளே

# எம்டன் செல்வரத்தினம்

ஸ்ரீதர் நாராயணன்

'எம்டன் தப்பித்துவிட்டது, லெஃப்டினென்ட்' என்றான் கேப்டன் ராபின் ஹம்ஃப்ரி. 'இன்றோடு மூன்று கப்பல்களைக் கைப்பற்றியிருக்கிறது. எல்லாம் ஆங்கிலேய கப்பல்கள். கிங் லுட், டைமரிக், ப்யூரெஸ்க்...' குரலின் இறுதியில் கசப்பு தெறித்தது. 'ஆனால், சிலோன் பக்கமாக கரி மாற்றிக் கொண்டிருக்கிறார்கள். இந்தியக் கரியாகதான் இருக்கும். புகையே காட்டிக் கொடுத்துவிடும்.'

நான் அவனையே இமைக்காமல் பார்த்துக் கொண்டிருந்தேன். அவன் குறிப்பிட்ட 'இன்றோடு', நான் எத்தனை நாட்களாக இந்தப் பொந்தினுள் அடக்கி வைக்கப்பட்டிருக்கிறேன் எனத் தெரிய வில்லை. துணியே இல்லாமல் வெறும் தரையில் ஒருக்களித்துப் படுத்தபடிக் கிடந்தேன். குதிகால் களும் புட்டமும் கன்றிப் போய் இருக்கின்றன. கூலி அய்யாக்கண்ணு குண்டாந்தடியை அக்குளில் கொடுத்து முரட்டுத்தனமாக நெம்பினான். முதல் ஒன்றிரண்டு நாட்களில் சுவரில் நகத்தால் கீறி, நாட்களைக் குறித்து வைத்திருந்தேன். அப்புறம் இவர்கள் குறடு வைத்து நகங்களைத் தாறுமாறாகப் பிய்த்துப் போட்டுவிட்டதால், இப்போது எண்ணிக்கை என்னவென்று குழப்பமாக இருக்கிறது. குத்துமதிப் பாக மூன்று வாரங்கள் ஆகியிருக்கலாம்.

என்னைத் தொடர்ந்து வந்து விசாரித்துக் கொண்டிருந்த ராயல் நேவி அதிகாரிகள் எல்லோருக்கும் செமத்தியான கோபம் இருந்தது. இவர்கள் களாக்காய் என கிள்ளிப் போட எம்டன் பலாக்காய் எனத் திரும்ப எகிறி வந்து அசிங்கப்படுத்திவிட்டது.

கமாடோர் ஃப்ரான்சிஸ் ஸ்ப்ரிங்போல இந்த கேப்டன் அவ்வளவு தயவுதாட்சண்யம் பார்க்கிற ஆசாமியில்லை. நான் மெட்ராஸ் துறைமுகத்திற்கு சப் லெஃப்டினென்ட்டாக வந்தபோதே தெரிந்து போயிற்று. ஏழு ஆண்டுகள் முன்னர் வடமேற்கே டிம்பர் பாண்ட் பகுதியில்தான் டூட்டி போட்டிருந்தார்கள். துரைமார்களின் நன்மதிப்பைப் பெற்று, சென்ற ஜூலை மாதம்தான் லெஃப்டினென்டாக உயர்ந்து நேவல் ஆபிஸுக்கு வந்தேன். வந்த நேரம் நிச்சயம் ஏதோ பீடை நேரமாகதான் இருக்கவேண்டும்.

'செண்பகராமன் பற்றிச் சொல்' என்று உறுமினான் கேப்டன்.

வாயெல்லாம் காய்ந்து போய்விட்டிருந்தது. சைகையால் 'தண்ணீர்' என்றேன். கேப்டன் என்ன சைகை காட்டினானோ அய்யாக்கண்ணு பொடனியில் ஓங்கி ஒரு போடு போட்டான்.

'தெரியாது சார். சத்தியமாக எதுவுமே தெரியாது' என்றேன். இந்த மூன்று வாரங்களில் இதே பதிலை முந்நூறு தடவையாகச் சொல்லியிருக்கிறேன்.

'இரண்டு ஆயில் டாங்குகளை மூழ்கடித்து விட்டீர்கள். முந்நூற்றைம்பது கிலோ கேலன் கெரசின் எரிந்து போய்விட்டது. வானுயர தீப்பந்தம் போல் ரெண்டு நாள்கள் நின்று எரிந்தது.' அந்த இரண்டு நாட்களும், அவன் அவமானத்தில் தூங்கியிருக்க மாட்டான்.

'மொத்த நகரமே காலியாகிவிட்டது, தெரியுமா? சிவிலியன் ஏரியாவில் எல்லாம் சுட்டிருக்கிறார்கள். புது ஆஸ்பத்திரி, பூந்தமல்லி ரோடு வரைக்கும் ஷெல்லடித்திருக்கிறார்கள். அசந்திருந்தால் கமாடோரின் உயிரேகூடப் போயிருக்கும். விருந்திலிருந்து அவரைக் காப்பாற்றிக் கொண்டுபோனது தெய்வாதீனம். இவ்வளவும் செய்து விட்டு வேஷமா கட்டுகிறீர்கள்? உன்னை மட்டுமல்ல. ஒட்டுமொத்த சதிக் கும்பலையும் வளைத்துவிட்டோம். ஒவ்வொருவராக வழிக்கு வந்து கொண்டிருக்கிறார்கள். செண்பகராமன் பிள்ளை கொச்சிக்குத் தப்பித்துப் போய்விட்டாராமே... சிண்டைப் பிடித்துக்கொண்டு வந்துவிடுவோம்.'

அவருடைய சண்ட பிரசங்கத்திற்கு முத்தாய்ப்பாக அய்யாக்கண்ணு ஓங்கி ஒன்று பின்னால் புட்டத்தில் போட்டான். ஏற்கெனவே

தோலுரிந்து புண்ணாகிப் போயிருந்த இடத்தில் சுரீர் எனப் பற்றி எரிந்தது.

அலறியபடி 'எனக்கு ஒன்றும் தெரியாது சார். அன்றைக்கு நான் போர்ட் டூட்டியில் கூட இல்லை' என்றேன்.

'இங்கே பார். எனக்கு நீங்கள் எல்லாம்தான் முக்கியம். இந்தியர்களை மேலும் மேலும் பொறுப்புகளில் இருத்த வைக்கதான் விருப்பம். இந்த நகரத்தை, நாட்டை, நீங்கள்தானே நன்றாகத் தெரிந்து வைத்திருக்கிறீர்கள்? இந்தக் கூலிகளோடெல்லாம் நாங்கள் மல்லுக் கட்டிக் கொண்டிருக்க முடியுமா. நீங்கள் எல்லாம் பொறுப்பிற்கு வரவேண்டும். பார், மிஸ்டர் நாயுடு போலிஸ் கமிஷனராகிவிட்டார். உனக்கிருக்கும் வயதிற்கு நீ மேஜராகவோ, லெஃப் கர்னலாகவோ ஓய்வு பெறலாம். உன்னை நான் சிறப்பான கவனத்திற்குக் கொண்டு செல்ல முடியும். எங்களுக்குத் தேவைப்படுவது எல்லாம், உன்னுடைய சிறு ஒத்துழைப்பே. எம்டன் தாக்குதலுக்குத் திட்டம் போட்டுக் கொடுத்தது யார்? பிள்ளையை உனக்கு எப்படி பழக்கம்? வேறு யாரெல்லாம் இந்த சதிச்செயலுக்கு உடந்தையாக இருந்தார்கள்? நீ கக்கும் விவரங்களுக்கு ஏற்ப உனக்கான கௌரவங்கள் வந்து சேரும்.'

அய்யாக்கண்ணுவின் அடுத்தடுத்த அடிகளைத் தாங்க முடியாமல் தொய்ந்து கீழே உட்கார்ந்துவிட்டேன். ராஜாங்க துரோகத்திற்கான விசாரணை என்றார்கள். அதற்காக இப்படியா வைத்துப் பிழிந்து எடுப்பார்கள்.

'யுத்த காலத்தில், ப்ளாக்-அவுட் அமலில் இருக்கும்போது கிளப்பில் விருந்துக்கு யார் ஒப்புதல் கொடுத்தார்கள்?' இப்போது கேப்டனின் கேள்வியில் உஷ்ணம் ஏறியிருந்தது.

பதினேழாம் தேதியே, மேஜர் லாரன்ஸ் துரை கையெழுத்திட்ட சுற்றறிக்கையை வைத்துக்கொண்டு துறைமுகமே கொண்டாடியது. 'Emden Sunk' என்று இத்தாலியக் கப்பல் ஒன்று, லோரிடானோ என்று பெயர், கல்கத்தா-மெட்ராஸ் பாதையிலிருந்து அனுப்பிய ரேடியோகிராமை, இன்ஜினியர் சிவதாணுதான் மொழிபெயர்த்துப் போட்டிருந்தான்.

'எம்டன் மூழ்கிப் போனதற்கான கொண்டாட்ட விருந்து என்று கேட்டார்கள். அட்மிராலிட்டி ஆபிஸிலிருந்து என்.ஓ.சி வாங்கித் தந்தது மட்டும்தான் என் வேலை' என்றேன். அதுவும் அந்தக் குடிகார மேஜர் லாரன்ஸ் பெயரில்தான். அவனையும் கட்டிவைத்து சித்ரவதை செய்தார்களா எனத் தெரியவில்லை.

விருந்துக்கு கமாடோர் துரை வருகிறார் என்றார்கள். அப்புறம் எப்படி மறுப்பார்கள்? எம்டனின் பெயர் ராயல் நேவி மத்தியில் அவ்வளவு பிரசித்தம் ஆகியிருந்தது. அதன் ஆட்டத்தால், அதற்குள் கிழக்கிந்திய கடல் வர்த்தகம் மொத்தமும் படுத்துவிட்டது. எம்டனின் வீழ்ச்சிதான் சாம்ராஜ்யத்தின் மீட்சி என கொண்டாட்டமாகி விட்டார்கள். அது எதிர்பார்த்ததுதான். எதிர்பாராதது, விருந்தன்று, துறைமுகம் முழுவதும் விளக்கேற்றி அலங்காரம் செய்து அமர்க்களப்படுத்திய தோடு அல்லாமல், சர்ச் லைட்டை வேறு அமர்த்திப் போட்டார்கள். அதுதான் எம்டனுக்கு வெகு வசதியாகிவிட்டது.

லைட் க்ருய்ஸர்களிலே அதிவேகமான போர்க்கப்பல் அது. ஜெர்மானியரில் ஆயுதப் புரட்சியில் புதிய அத்தியாயம். பன்னிரண்டு கிலோமீட்டருக்கு மேலே ஷெல் அடிக்கக்கூடிய 10.5 செமீ நேவல் துப்பாக்கிகள் பத்தாவது வைத்திருந்திருக்கும். அண்டையின் இருபுறமும் ஆறு துப்பாக்கிகளாவது இருக்கும். முகப்பில் வேறு இரண்டு உண்டாம். துறைக்கட்டுக்குப் பக்கமாக வரும்வரை, கோலாகலமாக பார்ட்டியில் இருந்தவர்களுக்கு எள்ளளவும் சந்தேகம் எழவில்லை. ஒண்ணரை மைல் தொலைவில் வரும்போது, பைப்பி லிருந்து பீச்சியடிக்கும் தண்ணீர்போல, எம்டனிலிருந்து சரமாரியாகச் சுட ஆரம்பித்து விட்டார்கள். நுங்கம்பாக்கம் போஸ்ட் ஆபிஸ் பக்கத்தில் இருந்த எனக்கு சத்தம் கேட்டது என்றால் பார்த்துக் கொள்ளுங்கள்.

போர்ட்டிலிருந்தவர்கள் சுதாரித்துக்கொண்டு திருப்பி அடிக்க ஆரம்பிப்பதற்குள் எம்டன் வடக்கே போவதுபோல போக்குக் காட்டிவிட்டு தெற்கே சிலோன் பக்கமாகத் திரும்பிவிட்டது. போர்ட்டிலிருந்து அடித்த ஷெல் அத்தனையும் கடலுக்கு இறைத்த நீர் போலாக, சிறு கீறல் கூடப் படாமல் எம்டன் தப்பித்து ஓடிவிட்டது. அதுதான் பிரிட்டிஷ் நேவிக்காரர்கள் கொந்தளித்துப் போய் விட்டார்கள்.

'அதுவே ஒரு பொய்ச்செய்தி. ரேடியோ ரூமில் யாரோ விளையாடி இருக்கிறார்கள்.' தரையில் கிடந்த என் முகத்தில் காறி உமிழ்ந்தான் கேப்டன் ஹம்ஃப்ரி. 'Emden Sighted என்று அந்தக் கப்பல் அனுப்பியதாகத்தான் மற்ற ரேடியோ ஸ்டேஷன்களில் பதிவு செய்திருக்கிறார்கள். அத்தனை பேரையும் மொத்தமாக ரவுண்டு கட்டி வைத்திருக்கிறோம்.'

கஷ்டம்தான். சிவதாணுவெல்லாம் அடிதாங்க மாட்டான். ஏற்கெனவே ஷெல்லடிபட்டு ஆஸ்பத்திரியில் கிடக்கிறான். இப்பொழுது உயிரோடு இருக்கிறானோ இல்லையோ. கேப்டன் ஹம்ஃப்ரி சைகை

காட்ட அய்யாக்கண்ணு என் வலக்கையை முதுகுக்குப் பின்னால் இழுத்து மணிக்கட்டு முறியும் ஓசை கேட்கும்வரை முறுக்கினான்.

'சிலோனிலும் எம்டனுக்கு ஒத்தாசை செய்த கூட்டம் ஒன்று மாட்டியிருக்கிறது' என கேப்டன் கத்தியது தேய்ந்துகொண்டே வர, நான் முழுவதுமாக மயக்கத்தில் அமிழ்ந்து போனேன்.

●

'எம்டன் கதை முடிந்தது' என்றான் கேப்டன் ஹம்ஃப்ரி. இப்போது கண்களில் ஒருவித நட்பு கூட ஒளிர்ந்தது. 'கோகோஸ் தீவுகளுக்கு அருகே, ஆஸ்திரேலிய போர்க்கப்பல் சிட்னியால் தோற்கடிக்கப் பட்டது. உங்கள் பாணியில் சொன்னால் கர்மவினை கை மேல் பலன் தந்துவிட்டது.' இளித்தான்.

என் வலக்கை ஆட்காட்டி விரலில் நகக்கணுவிலிருந்த சதைத்துணுக்கைப் பல்லால் கடித்து பாதிக்கு மேல் தின்றுவிட்டிருந்தேன். இன்னும் ஒரு மாதமாகி இருந்தால் விரலையே கடித்துத் தின்றிருப்பேன் என்கிற அளவுக்கு மன அழுத்தம் ஏறிவிட்டிருந்தது.

'இனி உன்னை வைத்துக்கொண்டு செய்ய ஏதும் இல்லை செல்வா' என்றான் கேப்டன் ஹம்ஃப்ரி. கோர்ட் மார்ஷல் செய்ய எந்த முகாந்திரமுமில்லை என்பதுதான் உண்மை. அதனால்தான் இந்த சித்ரவதையெல்லாம்.

அய்யாக்கண்ணு இன்னும் இரண்டு ஆட்களுடன் வந்து, என்னை அந்தப் பொந்தினுள் இருந்து வெளியே இட்டு வந்தான். ஒட்ட முடி வெட்டிவிட்டு, சுத்தமாக ஷவரம் செய்வித்து, நன்னீரில் சோப் போட்டுக் குளிக்க வைத்து, சலவை வேட்டியும் சட்டையும் கொடுத்து, கையில் மூன்று ரூபாய் பணமும் கொடுத்து, 'இனி போர்ட் பக்கம் உன்னை பார்க்கவே கூடாதுன்னுட்டார் துரை' என அனுப்பி வைத்தான்.

வெளியில் வந்தபின்தான், நான் மூன்று மாதங்களாக அடைக்கப் பட்டு இருந்தேன் எனத் தெரிய வந்தது. எம்டன் தாக்குதலால் அடைந்த பீதியிலிருந்து, ஓரளவு மெட்ராஸ் மீண்டிருந்தாலும், பழைய சோபை முழுவதும் திரும்பவில்லை. கொஞ்ச நாட்கள் கடலைக் காணாமல்தான் இருந்து பார்க்கலாமே எனப் புறப்பட்டு விட்டேன்.

●

‘எம்டன் மூழ்கியது என்கிறார்கள். அப்படித்தான் சொல்வார்கள். சுல்தான் மெஹ்மத் ஒப்புதல் இல்லாமல், ஆட்டோமான் ஒப்பந்தம் முழுகிப் போனது என்றார்கள். ஆனால் உண்மையில் என்னவாயிற்று, சுல்தானின் படையால் ரஷ்யாவின் துறைமுகங்கள் ஒவ்வொன்றாக மூழ்கிப் போனதை நாம் பார்த்தோம் இல்லையா. யால்டா, செபாஸ்டபோல், ஃபெடோசியா என எத்தனை எத்தனை…’

மெகாஃபோன் வைத்து முழங்கிக் கொண்டிருந்தவன் ஜெர்மனியில் இருந்த செண்பகராமனின் உறவினன் என்றார்கள்.

நான் மீண்டும் ஒருமுறை சுற்றியிருந்த கூட்டத்தைப் பார்த்தேன். எனக்கு அறிமுகமான முகமென ஒன்றுகூட இல்லை. மெட்ராஸோடு தொடர்பு விட்டுப்போய் ஓராண்டு ஆகிவிட்டது. இன்று காலை நில கிரையம் சம்பந்தமாக ரிப்பன் கட்டடத்திற்கு வந்தபோதுதான், ஹைகோர்ட் வளாகத்தில் எம்டன் வெற்றிக்கெனக் கூட்டம் போடுகிறார்கள் என்றார்கள். உலகப்போர் இன்னமும் உக்கிரமாகப் போய்க்கொண்டிருக்கும்போது எப்படித்தான் இதுபோன்ற அரசுக்கெதிரான கூட்டங்கள் போடுகிறார்களோ.

‘எம்டனுக்கு விருது கிடைத்திருக்கிறது, தெரியுமா தோழர்களே. ஆம். ஜெர்மனி அரசு எம்டன் கப்பலுக்கு உயரிய இராணுவ விருதான அயர்ன் கிராஸ் அளித்திருக்கிறது. எத்தகையதானதொரு பெருமை அந்த பராக்கிரமக் கப்பலுக்கு. வெற்றிகரமாக நாடு திரும்பிய வீரர்கள் அனைவருக்கும் தங்கள் பெயருடன் எம்டன் எனப் போட்டுக் கொள்ளும் உரிமை வழங்கப்பட்டிருக்கிறது. நாமும் அதை இக்கூட்டத்தில் வழிமொழிகிறோம். இப்புரட்சிக்காகப் பங்களித்த அத்தனை பேருக்கும் நாம் அந்த விருதை அளிக்கிறோம். வெற்றிகர மான புரட்சியாளர்கள் தங்கள் பெயருடன் எம்டன் எனச் சேர்த்துக் கொள்ளுங்கள் தோழர்களே. இது நாளைய சரித்திரத்தில் இடம்பெற வேண்டிய…’

பெரும் குரலெடுத்து முழங்கிக் கொண்டிருந்தவன் சடுதியில் பேச்சை முடித்துக்கொண்டு, முத்தாய்ப்பாக, பிள்ளையவர்களின் கோஷமான ‘ஜெய்ஹிந்த்’தை உரக்கக் கூவிவிட்டுக் கிளம்பிப் போய்விட்டான். அவனைச் சுற்றியிருந்த கூட்டமும் அவனோடு காணாமல் போய் விட்டது.

நானும் பொழுதோடு கிளம்பினால்தான் எக்மோர் போய் காட்பாடிக்கு ட்ரைன் பிடிக்கலாம். பத்தரைக்குள் போய்விட்டால் கண்ணமங்கலத்திற்கு பஸ் இருக்கும். இல்லையென்றால் ரயில்வே

ஸ்டேஷன்லேயே படுத்திருந்துவிட்டு காலையில்தான் வீடு போய்ச் சேரமுடியும்.

●

'எம்டன் செல்வரத்தினம்' என்று குரல் கேட்க, திரும்பிப் பார்த்தேன். மாலை கவியத் தொடங்கி கையெழுத்து மறையத் தொடங்கியிருந்தது. அருகே வந்து தோளில் கை போட்டவனை யாரென அடையாளம் தெரியவில்லை.

'உங்கள் தீரச் செயலைப் பாராட்டி மேலிடத்திலிருந்து செய்தி வந்திருக்கிறது எம்டன் செல்வரத்தினம்' என்று சொல்லிப் புன்னகை செய்தான்.

நான் என் தோள்ப்பையை இறுகப் பற்றியபடி அவனையே பார்த்தேன். கையில் இருந்த சிகரெட் டின்னை நீட்டினான். இன்னமும் குணம்பெறாத, பிசகலாக திருகிப் போயிருந்த கையினால் ஒரு சிகரெட்டை வளைத்து உருவிக்கொண்டேன். இருவரின் சிகரெட்டுக்கும் பற்ற வைத்தவன், 'இப்படி ஓரமா வாங்க' என சாலையோரமாக இட்டுச் சென்றான்.

'எம்டன் கொடுத்த அடியிலிருந்து இவர்கள் இன்னும் மீளவில்லை பாருங்கள்' என்று, விலகிப் போய்க் கொண்டிருந்த போலிஸ் ஜீப்பைக் காட்டிச் சிரித்தான்.

'நம் கூட்டத்தை வேவு பார்க்க வந்திருக்கிறார்கள்.'

நான் சிரிக்கவில்லை. சிகரெட்டைப் பிடித்து இழுத்துப் புகையை விட்டேன்.

'பார்த்தீர்கள் அல்லவா, கிச்சனரின் அறிவிப்பை. பொதுமக்களிடமிருந்து புதிய படையை உருவாக்குகிறார்களாம். இவர்களுடைய பயிற்சி பெற்ற படைகளெல்லாம் சல்லிக்காசுக்கு பிரயோஜனமில்லை என்று ஒத்துக்கொண்டு விட்டார்கள். தலையால் தண்ணீர் குடிக்கத் தவிக்கிறார்கள் சார். யுத்தம் வெகு உக்கிரமாகிவிட்டது எம்டன் செல்வரத்தினம். இங்கே நமது பணியைநாம் இன்னமும் ஜரூர் ஆக்கவேண்டும் என்கிறார் பிள்ளை. தயாராக இருங்கள்' என்றான்.

'நானென்ன தயாராக இருக்கவேண்டும்... நான் சும்மா எம்டன் பெயருக்காக வேடிக்கை பார்க்க வந்தேன்' என்றேன்.

'நானும்தான்' என்று கண்ணைச் சிமிட்டினான். 'இன்னும் பெரிய பெரிய வேடிக்கையெல்லாம் இருக்கிறது பாருங்கள்.'

‘கோகோ தீவில் சற்று உஷாராக இருந்திருக்கவேண்டும். பிள்ளை துல்லியமாகதான் திட்டம் வகுத்திருந்தார். இங்கே செய்ததுபோல முதலில் ரேடியோ ஸ்டேஷனை வசப்படுத்தியிருந்தால் சுலபமாக வென்றிருக்கலாம். இன்றைக்கெல்லாம் கிழக்கிந்திய கடல் முழுவதும் நமது வசம் இருந்திருக்க வேண்டியது...’ என்றவன் சற்று பெருமூச்சுவிட்டபடி, ‘சற்று பிசகிவிட்டது. ஆஸ்திரேலியாக்காரன் முந்திக்கொண்டுவிட்டான். எல்லாம் கைவிட்டுப் போய்விட்டது... ப்ச்...’ என்று கையை உதறிக்கொண்டார்.

எவ்வளவு பெரிய புளுகு பாருங்கள்.

இங்கே என்னவோ ரேடியோ ஸ்டேஷனை வசப்படுத்தி வைத்திருந்தார்களாம். அப்படி இருந்தால் சிவதாணு ஏன் அல்பாகா கோட்டும், மைசூர் தலைப்பாகையுமாக ராயல் கிளப் விருந்திற்குப் போனானாம்? ஷெல்லடித்து செத்துப் போனானாம்?

அந்தக் குடிகார மேஜர் லாரன்ஸின் பெயரில் யார் கையெழுத்துப் போட்டுக் கொடுத்திருந்தாலும் அதை மொழிபெயர்த்து சர்க்குலர் விட்டிருப்பான். ஒரே ஒரு ரேடியோகிராமை போர்ஜரி செய்ததில் மொத்த போர்ட்டும் தாக்குதலின் சுலப இலக்காகத் தானாகவே தயாராகிக்கொண்டது. மற்றபடி தாக்குதல் திட்டம் பற்றி, நிறைவேற்றப்படும் விதம், நாள், நேரம் எனத் துளி விவரம்கூட எவருக்கும் தெரியாது என்பதுதான் உண்மை.

சும்மா அடித்துவிட்டு, என் வாயைப் பிடுங்கப் பார்க்கிறான் இந்த வேவுக்காரன்.

‘ராஜாங்க விவகாரத்தில் எல்லாம் எனக்கு அக்கறை இல்லை சார். எம்டன் மேல் கொஞ்சம் ஆர்வம். அவ்வளவுதான்.’ ஆழமாக சிகரெட்டை இழுத்துப் புகையை விட்டபடியே, பையைக் கக்கத்தில் இறுக்கியபடிக் கிளம்பினேன்.

திருகிப்போய் வலுவிழந்து தொய்ந்து போன விரல்களுடனான வலக்கையைத் தூக்கிப் பார்க்கிறேன். யார் யாரெல்லாம் விட்ட சாபமோ, இதொன்றுதான் மிச்சம்.

ஆங்காங்கே விளக்குகள் ஒளிரத் தொடங்க, அந்தியில் பூக்கும் மலரென நகரம் புத்துருக்கொண்டு விகசிக்கிறது. கீழ்வானில் எழுந்து வரும் முழுநிலவு மேலேற மேலேற சிறியதாகிப் போனது...

# காம தகனம்

செம்பூர் ஜெயராஜ்

சுடலைக் கண்ணுவை, நான் முதன்முதலில் சந்தித்தது நன்றாக நினைவில் இருக்கிறது. காரணம் அன்றையக் காலநிலை, கண்விழித்தபோது மெலிதாக மழை தூறிக் கொண்டிருந்தது.

வழமையாக நான் விழிக்கும்போது, கண்களைக் கூசச்செய்யும் வெளிச்சத்துடனும், வியர்வை கசகசக்கும் வெம்மையுடனும் அன்றையப் பொழுது விடிந்து கிடக்கும்.

விழித்ததும், மனதிற்குள் பரவசத்தை ஏற்படுத்திய அன்றைய வானிலையைக் கொண்டாடவேண்டும் என்ற எண்ணம் உண்டாயிற்று. நேற்றைய போதை யின் நீட்சி அறுபட்டுவிடவில்லை. மூளை மிதப்பாய் உணர்ந்து, போதையை நீட்டிக்கவேண்டும், வானிலையையும் கௌரவப்படுத்தவேண்டும் என மனது தானாய் முடிவெடுத்தது.

எழுந்து முகம் கழுவிக்கொண்டேன். இயல்பாய் எழுந்த பல் துலக்கும் எண்ணத்தைத் தவிர்த்து விட்டேன். பல் துலக்கிவிட்டால் காலைக் குடியின் ருசி முழுமையாகக் கிடைப்பதில்லை. சட்டையை எடுத்து மாட்டிக் கொண்டேன். பையைத் துழாவிய போது ஒன்றிரண்டு சிகரெட்டுகளும், முப்பது ரூபாய் சில்லறைக் காசுகளும் தேறின. பாதி போத்தலுக்குக் கூட வழியில்லை.

தனியே அறை எடுத்துத் தங்கியிருப்பதில் சுதந்திரம் உண்டென்றாலும், இதுபோன்ற சமயங்களில் சங்கடம்தான். மீதிக் காசைத் தேற்றுவதற்கு, அல்லது கூட்டணி வைத்துக் குடிப்பதற்குத் தோதான, அருகிலுள்ள சுற்றுவட்டார நண்பர்கள் குறித்து மூளை பரபரப்பாக யோசிக்கத் துவங்கியது.

சிகரெட்டைப் பற்றவைத்தபடி, கதவைப் பூட்டிவிட்டுத் தெருவில் இறங்கினேன். சன்னமாக, பூந்தூறலாக மழை தூறிக்கொண்டிருந்தது. அண்ணாந்தபோது வானம் மேகங்களால் மூடுண்டு கிடந்தது. கறுத்த கனிந்த மேகங்கள் அல்ல. சற்றே சாம்பல் நிறத்தவை. மழை அடித்துப் பெய்ய வாய்ப்பில்லை என்றாலும் இத்தூறல் இன்னும் அதிக நேரம் நீடிக்க வாய்ப்பிருக்கிறது. ஒரு போத்தல் மதுவும், இணக்கமாக உரையாட ஒரு நண்பனும் கிடைத்தால், இத்தூறலில் நனைந்தபடி வெகுதூரம் காலாற நடப்பது ஒரு சுகமான அனுபவமாக இருக்கும். என்னையறியாமல் நான், பத்து மணிக்கு முன்பாக கள்ளச் சந்தையில் மது கிடைக்கும் பகுதிக்கு வந்திருந்தேன்.

காலைக் குடிக்குப் பழக்கப்பட்டுப் போன ஒரு சிலரை எனக்கு அறிமுகமுண்டு. கைகளில் நடுக்கத்துடனும், பசித்த மிருகத்தின் வேட்கையுடனும் அவர்கள் இந்த இடத்தை நோக்கி விரைந்து வருவதுண்டு. அவர்கள் தங்களையொத்தவர்களின் அவஸ்தையை நன்கு உணர்ந்தவர்கள். அவர்களில் யாராவது ஒருவரிடம் பத்திருபது தேற்றினால் போதும், பாதி போத்தலுக்குத் தேறிவிடும். அதன்பின், அசுவாசமாக நெருக்கமான நண்பர்கள் குறித்து யோசிக்கலாம்.

காலைக் குடியர்களை நம்பி நிற்பதில் இரண்டு சிக்கல்கள் உண்டு. அனேகர் அரை போத்தலுக்கான சில்லறையைப் புரட்டுவதிலேயே பெரும்பாடு படுபவர்கள். அவர்களின் மனைவிமார்கள் முன்தின இரவிலேயே அவர்களுக்குக் காசு கிடைக்கும் அத்தனை வழிகளை யும் மூடியிருப்பார்கள். முன்னெச்சரிக்கையாக ஆங்காங்கே ஒளித்து வைத்திருக்கும் ஒருசில நோட்டுகளை எடுத்து மடியில் மறைத்தபடி, தேநீர் அருந்தவேண்டும், முகச்சவரம் செய்யவேண்டும் என ஆயிரம் பொய்களைச் சொல்லி, மிகச் சரியாக அரை போத்தலுக்கான காசோடு வருபவர்கள். அவர்களிடம் எதிர்பார்ப்பது அர்த்தமற்றது.

சிலர் தேவைக்கு அதிகமாக பத்தோ, இருபதோ வைத்திருப்பார்கள். ஆனால் அவர்களுக்கு இப்படி பற்றாக்குறையோடும் பரிதவிப் போடும் பதற்றத்தோடும் விடுதி வாசலில் நிற்பவர்களைப்பற்றி நன்கு தெரியும். பணத்தைப் பத்திரப்படுத்தும் நோக்கில், அப்படி நிற்பவர்கள் பக்கம் பார்வையைத் திருப்பாமலேயே சாமர்த்தியமாகக் கடந்து சென்று விடுவார்கள்.

சற்று நேரம் நின்றிருந்தேன். மழைத் திவலைகள் இதமாக விழுந்து கொண்டிருந்தன என்றாலும் நாக்கு வறண்டு போவது போலிருந்தது. மூளைக்குள் மதுவின் மீதான வேட்கை அதிகரிக்கத் தொடங்கி யிருப்பதன் அடையாளம். சில்லறையைப் பதற்றத்துடன் திரும்பத் திரும்ப எண்ணிக்கொண்டு சென்ற சிலர், மது விடுதிக்குள் இருந்து, வெற்றிகரமான திருப்தியான முகபாவத்தொடு வெளியேறிக் கொண்டிருந்தனர். வெற்றிபெற்ற அந்த ஒரு தொழிலதிபர், அரசியல்வாதி மற்றும் சினிமா நட்சத்திரம் யாரிடமும் இதுபோன்ற ஒரு திருப்தியை நான் கண்டதில்லை. இந்நொடியில் இவர்கள் மரணமடைய நேர்ந்தால் இவர்கள் ஆவி அலமறித்துத் திரியாது எனத் தோன்றியது. பிறவிப் பயன் முழுமையடைந்த நிறைவு அவர்களது முகத்தில் நிலைத்திருந்தது.

தொலைவில் அந்தத் தச்சர் வருவதைக் கண்டதும் எனது கண்களின் பாப்பா விரிவடைவதை என்னால் உணர முடிந்தது. அவருக்கு, காலையில் ஓரளவு மதுவை விழுங்காவிட்டால், தச்சுக் கருவிகளைக் கையாள முடியாத அளவிற்கு கைகளில் நடுக்கமிருக்கும். விழுங்கிய பின் அவரின் செய்நேர்த்திக்கு இந்நகரில் யாரும் இணையில்லை எனச் சில குடியர்கள் சொல்லக் கேட்டிருக்கிறேன். அவருக்குச் சில நாட்களுக்கு முன் நான் பத்து ரூபாய் கொடுத்தது நினைவிற்கு வந்தது. அவரும் எனது கண்களைத் தவிர்க்காமல் சிறு புன்னகையோடு என்னை நோக்கி வந்தார். ஏதோ ஓர் வெளிச்சம் என்னை நோக்கி வருவது போலிருந்தது.

அவரிடம், இருபது ரூபாய் குறைகிறது என்றும் இரவில் ஞாபகமாகத் திருப்பித் தந்துவிடுவேன் என்றும் கூறினேன். கவனமுடன் அவர் எனக்குத் தரவேண்டிய பத்து ரூபாய் குறித்துத் தவிர்த்தேன். அவர் தனது பைக்குள் கைவிட்டுப் பணத்தை எடுத்து என்னிடம் காட்டினார். அதற்கு, சரியான அளவிற்கே பணம் இருக்கிறது என்று அர்த்தம். திறந்ததுபோல் காட்டிய கதவு மூடிக்கொண்டது. மணி எட்டைக் கடந்து வெகு நேரமாகிவிட்டது. இனி காலைக் குடியர்களின் வரத்து குறைந்துவிடும். மிச்சமுள்ளவர்கள் மது மீதான மோகத்தை வளர்த்து, பத்து மணியை நெருங்கும் வேளையில் கடையை நோக்கிப் பாய்ந்து வருபவர்கள். அதுவரை காத்திருக்க இயலாது.

நான் எம்.ஜி.ஆர் நகர் மார்க்கெட் நோக்கி நடந்தேன். குளித்து முடித்தபின், பெண்கள் துண்டால் கூந்தலை அடித்து உலர்த்தும்போது பறக்கும் நீர்த் திவலைகள் மேல் மழை பொசுங்கிக் கொண்டிருந்தது. இந்தத் தூறலுக்கும் சிலர் குடைபிடித்து வந்திருந்தனர். சில நடுத்தர

வயதுப் பெண்கள் குளித்து முடித்து சலவை செய்த ஆடைகளை அணிந்து மார்க்கெட் நோக்கிச் சென்று கொண்டிருந்தனர். இந்த வானிலை அவர்களை இப்போதுதான் பூமிக்கு வந்தவர்களைப் போன்று புத்தம் புதிதாய்க் காட்டியது. இன்னும் சிலர் படுக்கையி லிருந்து அப்படியே எழுந்து வந்தவர்கள்போல, கசங்கிய உடைகளுடனும், சீர் செய்யப்படாத தலைமுடியுடனும் சென்று கொண்டிருந்தனர். முன்னவர்களைக் காட்டிலும், பின்னவர்கள் ஈர்ப்புடனும் கிளர்ச்சியை ஏற்படுத்துபவர்களுமாக இருப்பதை உணரமுடிந்தது. அதற்கான காரணம் பிடிபடவில்லை. எனது மூளை தானாக அது குறித்து யோசிக்கத் தொடங்கி அதுவே பதிலையும் கூறிக்கொண்டது. வெள்ளைக் களிமண் பொம்மைகளுக்கும் சிலைகளுக்குமான வேறுபாடு.

மார்க்கெட் பகுதியில் தெரிந்த முகங்கள் தட்டுப்படாததால், பிரதான சாலைக்குச் சென்றேன். கட்டடத் தொழிலாளர்கள் ஏராளமானோர் குழுமியிருக்கின்றனர். அதில் நிறைய கொத்தனார்கள் சற்று முன்பு கள்ளச் சந்தை மதுவிடுதிக்கு வந்தவர்களாயிருந்தனர். சித்தாள் பெண்கள் சிலர் தங்களுக்குள் சச்சரவிட்டுக் கொண்டிருந்தனர். இவர்கள் ஏன் இப்படி தினமும் ஏதாவது ஒரு காரணத்தை முன்னிட்டு சண்டையிட்டுக் கொள்கின்றனர்... அவர்களை அழைத்துச் செல்லும் வாகனம் வந்ததும் சச்சரவை மறந்துவிடுகின்றனர். அனேக துறைகளில் பெண்கள் தலைமைப் பதவிக்கு வந்தும், ஏன் இன்னும் ஒரு சித்தாள்கூட கொத்தனார் ஆக முடியவில்லை என்ற சிந்தனை திடீரெனத் தோன்றி மறைந்தது.

சற்றுத் தொலைவில் ஒரு மரத்தடியில் இருசக்கர வாகனத்தில் ஐம்பதைக் கடந்த ஒருத்தர் - கங்காணியாக இருக்கலாம் - நின்றிருக்க, அவருக்கு நெருக்கமாக நின்றபடி இருபதுகளிலுள்ள ஒரு வாளிப்பான பெண்மணி-சித்தாளாக இருக்கலாம்- ஏதோ சிரித்தபடிப் பேசிக் கொண்டிருந்தாள். அவர்களின் உடல்மொழி அவர்கள் கட்டடத் தொழில் பற்றிப் பேசவில்லை என்பதை உண்ர்த்தியது. மனப்பூர்வ மான இணக்கமா, பாலியல் சுரண்டலா என அனுமானிக்க முடியவில்லை.

சாலையோரச் சிற்றுண்டிக் கடைகளில் ஆவி பறக்க வியாபாரம் நடந்து கொண்டிருந்தது. விற்பனைப் பிரதிநிதிகளைப்போல் தோன்றிய நான்கைந்து இளைஞர்கள், அவசர அவசரமாகச் சூட்டோடு இட்லிகளை விழுங்கிக் கொண்டிருப்பதைப் பார்க்க வியப்பாக இருந்தது. இத்தனை காலையில் இவர்களால் எப்படி உணவு உண்ண முடிகிறது? வேட்டை நாய்களைப்போல இவர்களை, எங்கோ, எதற்கோ ஏவியபடியிருக்கும் மாயவேட்டைக்காரன் யார்?

தூறல் சுத்தமாக நின்றுவிட்டிருந்ததை இப்போதுதான் கவனித்தேன். எனக்கு என்மீதே கழிவிறக்கம் ஏற்பட்டது. உள்ளத்திற்குள் போதைக் கான வேட்கை கனன்று வெம்மை கூடிக்கொண்டிருக்க, அதை உணராதிருக்க எனது மூளை ஏதேதோ குறித்து சிந்தித்து மழுப்பி யிருக்கிறது. பற்றாக்குறையாளனின் கையறுநிலை இதுதான் போலும்.

போதை நினைவு வந்ததும் பையிலிருந்து கைபேசியை எடுத்தேன். பக்கத்தில் நெசப்பாக்கத்தில் முருகன் இருக்கிறார். திரைப்பட துணை இயக்குநர். பணம் நிச்சயம் இருக்கும் என்ற உத்தரவாதமில்லை. சமீப நாட்களாக அவரைத் தொலைபேசியில் தொடர்புகொள்ளும் போதெல்லாம், செங்கல்பட்டில் இருக்கிறேன், பூந்தமல்லியில் இருக்கிறேன் என உடனடியாக சந்திக்க இயலாத தொலைவில் உள்ள இடங்களையே குறிப்பிடுகிறார். பொய் சொல்லவும், தப்பிக்கவும் விஞ்ஞானம் புதிது புதிதான சாதனங்களை உற்பத்தி செய்து கொண்டே இருக்கிறது. கால நேரத்தைக் கணக்கில் கொள்ளாது போதைக்கு என்னை அர்ப்பணிக்கத் துவங்கியதிலிருந்து, அனேக நண்பர்களிடம் இதுபோன்ற பதில்களையே எதிர்கொள்ள நேர்கிறது.

கைபேசியை பைக்குள் வைத்தேன். பக்கத்து ஏரியாவில் யார் இருக்கிறார்கள் என யோசிக்கத் தொடங்கினேன். ராஜன் நினைவுக்கு வந்தார். குறுக்காக கேகே நகரைக் கடந்து சென்றால், விஜயராகவ புரத்தில் அவரது அறை இருக்கிறது. அடையாக் கதவுகளைக் கொண்ட அறை. அங்கு சென்றால் எவ்வகையிலாவது மது நிச்சயம் கிடைத்துவிடும். நம்பிக்கை பிறந்ததும் விஜயராகவபுரம் நோக்கி நடக்கத் துவங்கினேன்.

அந்தச் சிறுமழைக்கே டபுள்டேங் ரோட்டில் ஆங்காங்கே மழைநீர் தேங்கி இருக்கிறது. மழைவிட்டிருந்தும், இரு சக்கர வாகனத்தில் சிலர் மழை கோட்டோடும், பாதசாரிகளில் சிலர் குடையை மடக்காமலும் சென்று கொண்டிருந்தனர். ராஜன் அறையில் இருப்பாரா? இன்று என்ன கிழமை? புதன். அவர் ஒரு வாரப்பத்திரிகையில் உதவி ஆசிரியர். புதன் கிழமை வெளியாகும் அப்பத்திரிகை அலுவலகத்தில் நேற்றிரவு அவருக்கு வேலை இருந்திருக்கும். இன்று விடுமுறை, நிச்சயம் அறையில் இருப்பார்.

மேற்கு கேகே நகர் சாலையைக் கடந்தேன். விஜயராகவபுரம் காமராஜர் தெருவின் மூலையில் அந்த இஸ்திரி கடைக்காரர் சுறுசுறுப்பாகப் பெட்டி போட்டுக் கொண்டிருந்தார். அவரும் குடிமகன்தான். அதனால் அவரது கையைக் கூர்ந்து பார்த்தபடி நடந்தேன். கையில் நடுக்கமில்லை. ஆள் கட்டிங் போட்டுவிட்டார்போல. இஸ்திரி வண்டியைக் கடக்கும்போது சேவல் ஒன்று தலை நிமிர்த்தி

நடுவழியில் நின்று கொண்டிருந்தது. தலைநகரில் ஜனசந்தடி மிக்க பகுதியில் சேவல் ஒன்றைக் காண்பது எனக்கு ஆச்சரியத்தை ஏற்படுத்தியது. அதைப் பார்த்தபடியே நெருங்கினேன். சேவல் விலகுவதாக இல்லை. இன்னும் சற்று தலையை உயர்த்திய அது, என்னைத் தனது மஞ்சள் வட்ட விழியால் முறைத்துப் பார்ப்பதுபோல் இருந்தது. நாயைக் கண்டு விலகி நடப்பதுபோல நடந்து கடந்தேன்.

ராஜன் அறை ஏழெட்டு வீடுகள் உள்ள காம்பவுண்டிற்குள் இருந்தது. காம்பவுண்டிற்குள் நுழைந்ததும் அடிபம்பில் தண்ணீர் அடித்துக் கொண்டிருந்தாள் ஒரு பெண். அதுவரை முகத்தில் எதற்காகவோ புன்னகை தேக்கி வைத்திருந்தவள் என்னைக் கண்டதும் முகத்தைக் குனிந்து, உடலை அடிபம்ப் அருகே பதுக்கியவாறு வேகமாகத் தண்ணீர் அடிக்கத் துவங்கினாள். எனது குடிகாரத் தோற்றமாக இருக்கலாம். மாநிலமே குடிக்கு அடிமைப்பட்டுக் கிடக்கிறது. காலை எழுந்து குளித்து தோற்றத்தை மாற்றிக்கொள்பவர்கள் பரிசுத்தவான்கள், தோற்றம் கலைக்காதவர்கள் பாவிகளா? அட விரியன் பாம்புக் குட்டிகளே!

வலப்புறத்தில் கடைசியாக இருந்த ராஜனின் அறை வாசற்படியைப் பார்த்ததும், திடுமென எனக்குள் ஏமாற்றம் குடிகொண்டது. கதவு திறந்திருந்தாலும் வாசற்படியில் ஒரு ஜோடி ஹவாய்ச் செருப்புகள் மட்டுமே கிடந்தன. ராஜன் தோல் செருப்புகள் மாத்திரமே அணிவார். ராஜனின் நண்பர்களில் அனேகர் எனக்கு அறிமுகமென்றாலும், இப்போது உள்ளிருப்பவர் எனக்குத் தெரிந்தவராக இருக்கவேண்டுமே. வாசலை நெருங்கியபோது, துவைத்துப் பிழிந்த துணிகளோடு லுங்கியை மடித்துக் கட்டியபடி ஒரு இளைஞர் எதிரே வந்தார். கிராமத்தில் வயலில் வேலை செய்பவர் போன்று உடற்கட்டு கரடுமுரடாக ஆண்மை கொப்பளித்துக் கொண்டிருந்தது. இவரை இதற்குமுன் நான் ராஜனின் அறையில் பார்த்ததில்லை. ராஜனின் ஊர்க்காரராக இருக்கலாம். எனக்குள்ளிருந்த நம்பிக்கை சுத்தமாக இருண்டது.

'ராஜன் இல்லையா?' ஏமாற்றத்தில் எனது குரல் எனக்கே பரிதாப மாகப்பட்டது. 'நீங்க...' முகத்தில் எவ்விதச் சலனமுமில்லாமல் கேட்டார். 'அவரோட ஃப்ரெண்ட். இருப்பார்னு வந்தேன்... தலை வலி, நேத்து கொஞ்சம் ஓவர்...' இதை ஏன் இவரிடம் கூறிக் கொண்டிருக்கிறேன் எனத் தோன்றியது. ஒரு இரவலனின் தொனி எனது குரலில் வெளிப்பட்டதை என்னால் உணர முடிந்தது.

அவர் என்னிடம் எதுவும் பேசவில்லை. கையில் பிடித்திருந்த ஈரத்துணியோடு மீண்டும் அறைக்குள் சென்றார். கருங்காலி மரத்தில் கடைந்தெடுத்தாற் போலிருந்த அவரது கெண்டைக்கால்

தசைகளையே நான் பார்த்துக்கொண்டிருந்தேன். பக்கத்தில் வேறு எந்த நண்பர் இருக்கிறார் என யோசிக்கத் தொடங்கினேன். வடபழனி சென்றால் அறிமுக முகங்கள் தென்படசாத்தியமுண்டு.

'இந்தாங்க...' அவர் நூறுரூபாய் நோட்டை நீட்டியபடி நின்றிருந்தார். எனது கண்களின் பாப்பா விரிவடைவதை என்னால் உணர முடிந்தது. உடலெங்கும் ஒருவித பரவச உணர்வு ரத்தத்தோடு கலந்து பாய்ந்தது. உடனடியாக வாங்கிக்கொண்டேன். 'ரொம்ப தேங்க்ஸ்... ராஜன் என்னோட பெஸ்ட் ஃப்ரெண்ட். ஈவ்னிங் வந்திடுவார்ல, அப்ப வந்து கொடுத்துடறேன்.'

நான் பேசியதை அவர் பொருட்படுத்தியதாகத் தெரியவில்லை. சுவர் ஓரம் தொங்கிக்கொண்டிருந்த கொடியில் துணியைக் காயப்போடச் சென்றுவிட்டார்.

விரைவாக விஜயராகவபுரம் பிரதான சாலைக்கு வந்தேன். மது விடுதி அருகே அலைபாயும் கண்களோடு நின்றிருந்தவரை நெருங்கினேன். அவரும் அவசர அவசரமாகச் சட்டைப் பையிலிருந்து ஐம்பது ரூபாய் நோட்டை எடுத்தார். இருவரும் எதுவும் பேசிக்கொள்ளாமலேயே மதுவிடுதிக்குள்சென்றோம். ஒரு பாட்டில் வாங்கி ஆளுக்குப் பாதி அருந்திவிட்டு வெளியேறினோம். நான் பக்கத்துக் கடையில் ஒரு சிகரெட் வாங்கி பற்றவைத்துப் புகைத்தேன்.பதற்றம் அடங்கி மூளை திருப்தியான நிறைவை அடைந்தது. யார் அவர், ராஜனின் அறையில் இருந்தவர்? பெயர் கூடக் கேட்கவில்லை. அவரும் மது அருந்துபவராக இருக்கலாம். குடிகாரர்களின் அவஸ்தையை உணர்ந்தவராக இருக்கலாம்.

வழமையாக, காலையில் அரைகுப்பி அருந்தியபின் குதிரை இலக்கில்லாத பயணத்தைத் துவங்கிவிடும். இன்று அதைத் தவிர்த்து மீண்டும் ராஜனின் அறைக்குச் செல்லத் தீர்மானித்தேன். அறிமுக மில்லை என்றபோதும் அவசரத்துக்கு உதவிய அந்த மனிதரோடு சற்று நேரம் உரையாடிக்கொண்டிருக்கலாம் என தோன்றியது. மீண்டும் ராஜனின் அறைக்குத் திரும்பினேன்.

நான் காம்பவுண்டிற்குள் நுழைந்தபோது, அவர் இடுப்பில் துண்டோடு அறைக் கதவைத் திறந்தார். நான் புன்னகையோடு அறைக்குள் சென்று சுவரோரமாகச் சாய்ந்து உட்கார்ந்தேன்.

'குளிக்க புறப்பட்டீங்களா?' என்ற எனது கேள்விக்குப் பதிலேதும் கூறாமல் கதவிற்குப் பின்பக்கம் சார்த்தி வைக்கப்பட்டிருந்த பூந்துடப்பத்தை எடுத்து, அறைக்குள் நான் சுவர்வரை நடந்து வந்த எனது காலடிபட்ட பகுதிகளைப் பெருக்கத் துவங்கினார்.

அப்போதுதான் கவனித்தேன். தரை அத்தனை சுத்தமாக இருந்தது. ராஜனின் அறை சிகரெட் துண்டுகள், தீக்குச்சிகள், கிழிந்த பேப்பர்கள் என எப்போதும் குப்பைக் கிடங்காய்க் காட்சி அளிக்கும்.

அவர் பூந்துடப்பத்தை மீண்டும் கதவிற்குப் பின்னால் வைத்தார். 'ராஜனின் ஊரா?' என நான் கேட்க, அவர் தலையை மாத்திரம் அசைத்து ஆமோதித்தபடி, குளியலறையை நோக்கி நடக்கத் துவங்கினார். 'உங்க பேரு?' என்ற கேள்விக்கு 'சுடலைக் கண்ணு' எனக் கூறிவிட்டுக் குளியலறைக்குள் சென்றுவிட்டார்.

நான் அறையைச் சுற்றி நோட்டமிட்டேன். ஜன்னல்கள் ஒட்டடை அடிக்கப்பட்டிருந்தன. அனைத்துப் பொருட்களும் அதனதன் இடத்தில் இருந்தன. பேப்பர்கள் ஒழுங்காக அடுக்கி வைக்கப் பட்டிருந்தன. எல்லாம் இந்த சுடலைமாடன் வேலையாகதான் இருக்கும் என்று எண்ணியபடியே நான் எழுந்து சுற்றி பத்திரிகைகள் அடுக்கி வைக்கப்பட்டிருந்த மேஜை நோக்கிச் சென்றேன். ஒன்றோடொன்று மோதிக்கொள்ளும் இரு சிறு பத்திரிகைகளை எடுத்துக்கொண்டு மீண்டும் சுவரில் சாய்ந்து அமர்ந்தேன்.

ஒரு பத்திரிகையைப் புரட்டினேன். கதை கவிதை வாசிப்பதில் எல்லாம் இப்போது சுவாரஸ்யமற்றுப் போய்விட்டது. விவாதம், எதிர்வினை போன்ற பகுதிகள் குழாயடிச் சண்டைகள்போல சற்று சுவாரஸ்யமளிக்கக்கூடியவை. ஒரு பத்திரிகை மற்ற பத்திரிகையைக் கருத்து ரீதியாக எதிர்கொள்கிறேன்எனத் துவங்கி, எதிராளியைக் கடுமையான தனிமனிதத் தாக்குதலுக்கு உள்ளாக்கத் துவங்கிவிடும். குழாயடியில் பச்சையான கெட்ட வார்த்தை என்றால், இதில் செறிவான, இலக்கியத்தரம் மிக்க வார்த்தைகள். என்றாலும் முன்னதைவிடக் குரூரம் மிக்கவை. ஐம்புலன்கள்தான் கழிவை வெளியேற்ற வேண்டுமா என்ன, மூளையும் கழிவை வெளியேற்ற வேண்டும்தானே. புத்தகத்தைப் புரட்டிக் கொண்டிருந்த நான், இந்த எண்ணம் தோன்றியதும் புத்தகத்தை மூடினேன். இந்த அறிவுஜீவி களின் மூளைக் கழிவை மேயவிரும்பும் நான் என்ன ஜென்மமாக இருக்கவேண்டும் எனச் சிறு புன்னகையோடு கேட்டுக்கொண்டேன். அடித்த கட்டிங் வேலை செய்யத் துவங்கிவிட்டது புரிந்தது.

குளியலறையில் மடமடவென நீர் ஊற்றிக் கொண்டிருக்கும் சத்தம் நின்றது. கிராமத்து ஆள் என்பதை குளியலிலேயே நிரூபிக்கிறார். உண்மையான குளியல் சுகம் அறிந்தவர். இன்னும் சில நாட்கள் நகரம் அவரையும் ஒரு வாளித் தண்ணீருக்குள் முடக்கிவிடும்.

படீர் படீர் என துண்டை உதறிக்கொள்ளும் சப்தம் கேட்டது. குளியலறைக்குள்ளேயே துண்டை உடுத்திதான் குளித்திருப்பாரோ? கிராமத்தில் ஒரு மதனி கேட்டது நினைவுக்கு வந்தது. 'மெற்றாஸ்ல பொம்ளைங்க எல்லாம் துணிய அவுத்துப் போட்டுட்டு முண்டமாத் தானே குளிப்பாங்களாம்?' என்னையறியாமல் மெல்லிய புன்னகை விரிந்தது. இவரும் இன்னும் சில நாட்களில் அம்மணமாகக் குளிக்கப் பழகிவிடுவார் என மனதிற்குள் கூறிக்கொண்டேன்.

அவர் பாத்ரூமை விட்டு வெளியே வருவதாகத் தெரியவில்லை. எதையோ மீண்டும் மீண்டும் அலசிக்கொண்டிருப்பதை, கொட்டப் படும் நீரின் ஓசையால் அனுமானிக்க முடிந்தது. நான் சுவரில் தாராளமாகச் சாய்ந்துகொண்டு கண்களை மூடிக்கொண்டேன். காலைக் குடிக்குப் பின் இப்படிக் கண்களைமூடிச் சாய்ந்திருப்பது ஒரு சுகமான அனுபவம். ரத்தத்தில் கலந்த போதை மெல்ல மெல்ல மூளையில் படர்வதை உணர்ந்தபடி இருப்பது அற்புதமாக இருக்கும்.

எத்தனை நேரம் அந்த சுக கிறக்கத்தில் கிடந்தேனோ தெரியாது. மெல்லத் தொண்டையைச் செருமும் சப்தம் கேட்டது. கண் திறந்தேன். அவர் சட்டை போட்டு லுங்கி கட்டி கீற்றுபோல மெலிதாகத் திருநீறு அணிந்தபடி நின்றிருந்தார். கையில் துவைத்துக் காய்ந்த சில துணிகள்.

'என்ன சுடலைமாடன், அயர்ன் பண்ணப் போறீங்களா?' எனக் கேட்டேன். மெலிதான புன்னகையோடு 'சுடலைக்கண்ணு' என்றார். ஆனால் எனக்கென்னவோ, அவரது தோற்றத்திற்கு சுடலைமாடன் என்ற பெயரே பொருத்தமாகப்பட்டது 'டிஃபன் சாப்பிடணும்லா?' என்றார். நான் எழுந்து கொண்டேன். 'அந்த பழக்கமெல்லாம் போயி ஏழெட்டு வருஷமிருக்கும்' என்றேன்.

அவர் பூட்டைத் தேடினார். 'ராஜன் ரூமை பூட்டமாட்டார்' என்றேன். இருவரும் கதவைத் தாழிட்டுப் படியிறங்கினோம். அவரோடு நானும் இஸ்திரி கடை நோக்கிச் சென்றேன். அவரது உடற்கட்டில் இருந்த கம்பீரம் நடையில் இல்லை. வாடகை கொடுக்காத குடித்தனக்காரன் வீட்டுக்காரன் கண்ணில் படாமல் வீட்டிற்குள் நுழைவது போன்ற பாவனை அவர் நடையில் இருந்தது. எதிரே நாலைந்து துணை நடிகைகள் வந்து கொண்டிருந்தனர். அவர் யாரையும் ஏறிட்டுப் பார்க்கவில்லை. தலை கவிழ்ந்தே நடந்து வந்தார்.

அவரை அளவுக்கு மீறி அனுமானித்துக் கொண்டிருக்கிறோம் எனப் பட்டது. பைக்குள் எழுபது ரூபாய் வரை தேறும். மணி பத்தைக் கடந்திருக்கும், ஐம்பது ரூபாய்க்கு கட்டிங் போட்டுவிடலாம், மதியம் வரை தாங்கும் என நினைத்துக்கொண்டேன்.

அவர் இஸ்திரிக் கடையில் துணிகளை ஒப்படைத்துக் கொண்டிருந்தார். நான் சுடலைக்கண்ணுவை சிற்றுண்டி சாலைக்குப் போகச் சொல்லி விட்டு, மதுக் கடைக்குச் செல்லலாம் என்ற எண்ணத்தோடு நின்று கொண்டிருந்தேன்.

அப்போதுதான், இஸ்திரிக் கடைக்காரரோடு நின்றிருந்தபடி வயதான மனிதர் அனுதாபக் குரலில் கூறினார். ‘அடப்பாவமே, சேவல ஒண்டியாப் போட்டு வளக்காதேன்னு சென்னேனப்பா’ என்றார்.

உடனடியாக எனது பார்வை சேவலின் பக்கம் சென்றது. உரித்த தென்னை நெற்றின் பாதி மட்டை ஒன்று, கவிழ்ந்த நிலையில் நடுப் பாதையில் கிடந்தது. சேவல், ஒற்றைச் சிறகை தரை நோக்கித் தாழ்த்தியபடி, அந்த மட்டையைக் காமத்தோடு சுற்றிவந்தது. பின்னர் அதன் மீது ஏறி அமர்ந்து மேல் பகுதியை அலகால் கொத்தியபடி அடிப் பகுதியில் வாலைத் தாழ்த்தி உடலைக் குறுக்கியது.

அந்த வயதான மனிதர், ‘அட பாவமே, தேங்கா மட்ட பொட்டக் கோழி மாதிரி தெரியுதுபோல, பாவம்... பார்’ என்றார்.

எதையும் கவனியாமல் இஸ்திரிக் கடைக்காரர் அயர்ன் பண்ணிய படியே, ‘அதுக்கோசரம் ஒரு பொட்டக் கோழிய கொண்டாந்து கண்ணாலமா கட்டி வைக்க முடியும்...’ எனக் கூறிப் பெரிதாகச் சிரித்துக்கொண்டார்.

அப்போதுதான் கவனித்தேன். சுடலைமாடன் போய்விட்டிருந்தார். நல்லதுதான், நான் பிராந்திக் கடை நோக்கிச் சென்றேன். கொக்கு போல அங்கே ஒரு குடிமகன் காத்திருந்தார். அவரோடு பார்ட்னரானேன். வெளியே வந்து ஒரு சிகரெட் பற்றவைத்துக் கொண்டேன். காலையில் மழை தூறியதற்கான அறிகுறியே இல்லை. வெயில் சுட்டெரித்தது. வியர்வை கசகசத்தது. இந்த போதையில் இந்த வெயிலில் வெளியே செல்வது உசிதமல்ல. ராஜன் அறை சற்றுக் குளுமையாக இருக்கும். பிற்பகல் குடிக்கு யாராவது வந்து சேர்வார்கள். ஞாபகமாக மீதமிருந்த காசுக்கு சிகரெட்டுகள் வாங்கிக் கொண்டு ராஜன் அறைக்கே திரும்பினேன். வழியில் அந்த இஸ்திரிக் கடைச் சேவல் தேங்காய் மட்டையை வட்டமடித்துக் கொண்டிருப்பதைக் கவனித்துக்கொண்டே நடந்து வந்தேன்.

சுடலை இன்னும் அறைக்குத் திரும்பியிருக்கவில்லை. நாதாங்கியை நீக்கிக் கதவைத் திறந்துகொண்டு உள்ளே வந்தேன். ஃபேனைப் போட்டுவிட்டு, தரையில் முக்கால் உடம்பும் மீதி சுவரிலுமாகச் சாய்ந்துகொண்டேன். போதை விறுவிறுவென ஏறிக்

கொண்டிருந்தது. கண்மூடி அந்த லாகிரியில் லயித்திருந்தேன். காலடியோசை கேட்டது. சுடலைக்கண்ணுதான். முகம் சற்று இறுக்கமாக இருந்தது. வெயில் காரணமாக இருக்கலாம்.

நான் சற்று நிமிர்ந்து சாய்ந்துகொண்டேன். அனிச்சையாகப் பைக்குள் இருந்து சிகரெட்டை எடுத்தேன். சுடலை சாம்பல் கிண்ணத்தை எடுத்து என் அருகில் வைத்தார். சாம்பல் நீக்கப்பட்டு மிகச் சுத்தமாக இருந்தது அது. சுடலை எதுவும் பேசாமல் உள் அறைக்குச் சென்றுவிட்டார். ஆள்அண்டாப் பிறவியாக இருக்கவேண்டும் என எண்ணிக்கொண்டேன்.

சிகரெட்டைப் பற்ற வைத்துவிட்டு முழுமையாகத் தரையில் சரிந்து கொண்டேன். பிராந்தி விளக்குச் சுடரென்றால் சிகரெட் தூண்டுகோல். சாம்பல் சிதறிவிடாமல் கவனமாக கிண்ணத்தில் தட்டிக் கொண்டிருந்தேன். உண்மையில் அந்த சிகரெட்டை எப்போது அணைத்தேன், எப்போது தூங்கினேன் என்பது எனக்குத் தெரியவே தெரியாது.

ராஜன் என்னை எழுப்பும்போது சாயங்காலமாகி விட்டிருந்தது. 'பகல்லே மட்டையா?' என்றார். அவரது குரலில் எந்தப் புகாருமில்லை. மெலிதான கிண்டலே தொனித்தது. கதவருகே சென்று செருப்பை மாட்டினார் என்றால் பின்னால் புறப்பட்டு வரவும் என்று அர்த்தம். நான் சமையல் அறைக்குச் சென்று 'சிங்க்'கில் முகம் கழுவிக்கொண்டேன். சமையல் அறையும் மிகச் சுத்தமாக இருப்பதை அப்போது கவனித்தேன்.

அறைக்கு வெளியே எனக்காக ராஜன் காத்திருந்தார். நான் செருப்பை அணிந்துகொண்டதும், இருவரும் காம்பவுண்டை விட்டு வெளியேறினோம். 'கல்யாணத்துக்கு போயிருந்தேன் காஞ்சிபுரம் வரைக்கும்' என்றார் ராஜன். 'சொன்னாப்ல' என்றேன் நான். சுடலைக் கண்ணுவிடம் நூறு ரூபாய் வாங்கியதை நான் சொல்லவில்லை. போதை சற்று தணிந்திருந்ததால் அது குறித்து சங்கோஜம் ஏற்பட்டது. சுடலை ராஜனிடம் கூறியிருக்கலாம். ஆனால் ராஜன் இதுபோன்ற சமாசாரங்களைப் பொருட்படுத்துபவரல்ல.

மணி ஐந்தைக் கடந்திருக்கவேண்டும். எனினும் மேற்கே சூரியன் பிரகாசத்தோடு எரிந்து கொண்டிருந்தது. செம்மயில்கொன்றை மரத்தடியில் ஒரு குடிமகன் மட்டையாகிக் கிடந்தான். கொடுத்து வைத்தவன். தாயின் கருவறை சுகானுபவம் இப்போது அவனுக்குக் கிடைத்துக் கொண்டிருக்கும்.

ராஜனும் நானும் ஒரு மதுபான விடுதிக்கு வந்திருந்தோம். அவர் அப்படித்தான், தினா ஒருமுறை அவரது அறைக்கு வந்தபோது எங்கே எதற்கு என எதுவும் கூறாமல் ஒரு புத்தகக் கடைக்கு அழைத்துச் சென்றிருக்கிறார். தினா ஒரு புத்தகப் பிரியன். என்னைப் பற்றிதான் ராஜனுக்குத் தெரியுமே!

விடுதிப் பணியாளிடம், முதலில் நான்கு ஹாஃப்பாயில் கொண்டு வரும்படியும் அதன்பின் அரை போத்தல் மது வாங்கி வரும்படியும் கேட்டுக்கொண்டார். ஹாஃப்பாயில் வந்ததும் என்னைச் சாப்பிடும்படிக் கூறினார். ‘காலைலேர்ந்து சாப்பிடலயாமே’ என்றார். மது அருந்தினால் சாப்பிடத் தோன்றுவதே இல்லை. உச்சஸ்தாயியில் இருந்து கீழிறக்கிவிடும் என்ற நினைப்பு. நன்றாகப் பறந்து கொண்டிருக்கும் பட்டத்தின் நூலை அறுத்துவிட யாருக்குதான் சம்மதம்... என்றாலும், மதுவிற்கு முந்தைய ஹாஃப்பாயில் நல்ல ஏற்பாடு. ஒரே விழுங்கில் உள்ளே போய்விடும், தேவையான கலோரியும் கிடைத்துவிடும்.

மதுக்குப்பியும் டம்ளர்களும் வந்தன. இருவரும் அருந்தத் துவங்கினோம். ராஜனைப் போன்ற ஒரு சிலர் அமையும்போது, மது அருந்தத்தக்கதாகவும் மற்ற வேளைகளில் அது குடிக்கக் கூடியதாகவும் எப்படித் தன்னைத் தகவமைத்துக் கொள்கிறது என்பது குறித்து யோசிக்கத் துவங்கினேன்.

‘எழுதறது இல்லியா இப்பல்லாம்...’ சிகரெட் பற்றவைத்துக் கொண்டே கேட்டார் ராஜன். என்ன பதில் சொல்வது... மௌனமாக நானும் ஒரு சிகரெட்டைப் பற்ற வைத்துக்கொண்டேன். முழுநேரக் குடி ஒன்றே காரணமென்றில்லை, என்னளவில் உலகிலேயே இரண்டு வேலைகள் மனதுக்கு விருப்பமற்றவை. ஒன்று துணி துவைப்பது, மற்றது எழுத அமர்வது. குளிப்பாட்ட இழுத்துச் செல்லப்படும் நாயைப்போல மனது அடம்பிடிக்கும்.

ராஜன் என்னையே பார்த்துக் கொண்டிருப்பதுபோல உணர்ந்தேன். பதிலை எதிர்பார்க்கிறாரோ... நான் எனது டம்ளரிலிருந்து ஒரு மிடறை விழுங்கிக்கொண்டேன். ‘எழுதுறது... ம்...’ என்றவாறே புகையை ஆழமாக இழுத்தேன். ‘அர்த்தம் இருக்கறதா தெரியல, எல்லாத்தையும் விலக்கிவிட்டு பார்த்தா மரணத்தை ஜெயிக்கணும். மரணத்தையும் தாண்டி இங்கே அடையாளத்தைப் பதிக்கணும்... இந்த மண்ணுல நிரந்தரமா தன்னோட வித்தை விதைக்கறது, கலை இலக்கியத்தில் பெயரை நிலை நாட்டறது, எல்லாத்துக்கும் காரணம் அந்த அற்ப ஆசைதான். அர்த்தமில்லாத ஆசை.’

ராஜன் எதுவும் பேசவில்லை. அவரது விரலிடுக்கில் சிகரெட் புகைந்து கொண்டிருந்தது. 'இந்த பூமிக்கு வந்ததுக்கான சின்ன அடையாளம்கூட இருக்கக் கூடாது. அதுதான் இப்ப என்னோட விருப்பமா இருக்கு. ஊர்ந்து போற மண்புழு தடத்த விட்டுட்டுதான் போகுது. காய்ஞ்சி விழற தென்ன ஓல ஒரு வரிய விட்டுட்டுப் போறதில்லயே. செத்ததும் பாடி கூட கிடைக்காம கற்பூரம் மாதிரி கரைஞ்சிட்டா எவ்ளோ நல்லா இருக்கும்னுதான் இப்ப எனக்கு தோணுது.' டம்ளரில் மீதமிருந்ததை காலி செய்தேன்.

'கவலையே படாதீங்க, லெமூரியா கண்டம் அழிஞ்ச மாதிரி டாஸ்மாக் புண்ணியத்தால தமிழ்நாடும் தடமே இல்லாம அழிஞ்சிடும்.' சிரித்தபடியே கூறினார். சிரித்தாலும் எனது சீரழிவு குறித்த வருத்தம் அதில் தொனித்தது.

சிப்பந்தியிடம் இரண்டு முழுபோத்தல் மது வாங்கி வரும்படிக் கூறினார். 'ரெண்டு ஃப்ரெண்டு வர்றாங்க' என்று என்னிடம் அவராகவே கூறினார்.

ரெண்டு பேருக்கு ரெண்டு ஃபுல்லா? எதிர்பாரா விருந்தாளிகளையும் ராஜன் கணக்கில் எடுத்துக் கொண்டிருக்கவேண்டும், என்னையும் தான். அறையில் சுடலைக்கண்ணுவும் இருக்கிறார். அவரது நினைவு வந்ததாலும் போதை சுமாராக ஏறியிருந்ததாலும் ராஜனின் குணாம்சம் தந்த நெகிழ்வாலும், காலையில் சுடலைக் கண்ணுவிடம் நூறு ரூபாய் வாங்கியதைத் தெரிவித்தேன். நான் கேளாமலேயே அவராகத் தந்ததையும் குறிப்பிட்டேன். ராஜன் மெலிதாகப் புன்னகைத்தார். 'அவன் கொஞ்சம் சென்ஸ் உள்ளவன்' என்றார்.

ஆமோதிப்பதுபோல் தலை அசைத்துக்கொண்டேன். ராஜன் அறையில் ஏற்பட்டிருக்கும் மாற்றம் குறித்துப் பேசினேன். 'கிராமிய குணம் மாறவே இல்ல. உங்க ரூம் ஃப்ரெண்ட்ஸால நெரம்பி வழியும். இவர் சங்கோஜியா இருக்காரே...' என்றேன். 'சேச்சே...' அவசரமாக மறுத்தார். 'ஊர்ல அவனைச் சுத்தி எத்தனை ஃப்ரெண்ட் இருப்பாங்க தெரியுமா...' என்றார். அதன்பின் மௌனமாக மதுக் கிண்ணத்தைப் பார்த்துக் கொண்டிருந்தார். பின்பு எதுவுமே பேசாமல் அதில் கொஞ்சம் அருந்தினார். கையில் எடுத்த கோழித் துண்டை மீண்டும் தட்டிலேயே வைத்துவிட்டார்.

'போன மாசந்தான் அவனுக்கு மேரேஜ் ஆச்சு' என்றவர் குரலில் தொனி மாறியிருந்தது. 'இது அவனின் அந்தரங்கம், உன்னிடம் சொல்லத் தோன்றுகிறது, சொல்கிறேன். வெளியே தெரிய வேண்டாம்' என்ற கோரிக்கை அந்தத் தொனிக்குள் இருப்பதுபோல்

உணர முடிந்தது. யாராவது ஓரிருவரோடுதான் இப்படி மனதோடு பேச அல்லது உணர முடிகிறது.

'அந்தப் பொண்ணுக்கு மூளை வளர்ச்சி இல்லியா அல்லது தத்தி பேக்குன்னு சொல்வாங்களே, அப்படியா என்னன்னு தெரியல. மனம் முதிர்ச்சி அடையல. அத உணர முடியுது. கல்யாணம் முடிஞ்ச அன்னிக்கு கிராமத்துல உறவுக்காரங்கள்லாம் வீட்டுத் தாழ்வாரத்துல, திண்ணைல இப்படிதான் படுத்திருப்பாங்க. எல்லா ஆம்பள மாதிரியும் இவனும் பொண்டாட்டிய தொட போயிருப்பான். இங்க சிட்டில சில்ட்ரன்ஸுக்கு குட் டச், பேட் டச்னு சொல்லிக் கொடுத்து வளக்கறாங்கள்ல, அது மாதிரி அந்தப் பொண்ணுக்கும் சொல்லிக் கொடுத்து வளர்த்திருப்பாங்க போலிருக்கு. தடார்னு கதவத் தொறந்தவ, இவன் என்ன உடலுறவு பண்ண வர்றான்னு... இத கிராமத்து மூணு எழுத்து கெட்ட வார்த்தைல சொல்லியிருக்கா. சொல்லிக்கிட்டே தெருவழியா இறங்கி ஓடியிருக்கா. உறவுக்காரங்க மட்டுமில்ல, ஊர்க்காரங்க எல்லாருமே முழிச்சிக்கிட்டாங்களாம். இவன் கூசிப்போயி நின்னுருக்கான். அன்னிக்கு விடிகாலம் புறப்பட்டு வந்தவன்தான்.' கடைசியாக இருந்த மதுவையும் இருவரது டம்ளர்களிலும் கவிழ்த்தார். எனக்கு அந்த மது விடுதியே நிசப்தமாகிப் போய்விட்டது போலிருந்தது. போதையேறிய மூளைக்குள் இளமையும் ஆண்மையும் கொப்பளிக்கும் கருங்காலி மரத்தால் செய்தாற் போலிருந்த கெண்டைக்கால் தசைகளே சுற்றிச் சுற்றி வந்தன.

'ரெண்டு வாரமா உள் ரூமை விட்டு வெளில வரல. இப்பதான் அப்படி இப்படின்னு வெளில நடமாடறான்' எனக் கூறி டம்ளரைக் காலி செய்தார். சிப்பந்தி மது பாட்டில்களோடு வந்தான். நானும் எனது டம்ளரைக் காலி செய்தேன்.

இருவரும் அறைக்கு வரும்போது இருட்டிவிட்டிருந்தது. இரண்டு சினிமா நண்பர்களும் ஒரு இலக்கிய நண்பரும் அறைக்குள் அமர்ந்து காரசார விவாதத்தில் ஈடுபட்டுக் கொண்டிருந்தனர். ராஜன் பாட்டிலை அவர்கள் முன் வைத்துவிட்டு அவர்கள் அருகே அமர்ந்தார். சபை களை கட்டியது. நான் சற்று ஒதுங்கி அமர்ந்தேன். இப்போதெல்லாம் இது போன்ற விவாதங்கள் எனக்கு சலிப்பூட்டுபவையாகத் தோன்றின.

எனது மனம் என்னையுமறியாமல் சுடலைக்கண்ணுவைத் தேடியது. அவரது ஹவாய்ச் செருப்பு வாசலருகே கிடந்தது. ஆள் உள்ளறைக்குள் பதுங்கி இருக்கலாம். இதில் ஒரு ஆண் அவமானப்பட என்ன இருக்கிறது எனத் தோன்றியது. குடித்துவிட்டு நடைபாதையில் விழுந்து கிடப்பவன் சமூக நியமங்களை மதிப்பீடு செய்யக் கூடாது என அந்த போதையிலும் எனக்கு நானே சொல்லிக்கொண்டேன்.

இப்போது திரைப்படத் துறையினருக்கும் இலக்கியவாதிக்கும் இடையே சர்ச்சை அதிகரித்திருந்தது. ஒரு சில நேரங்களில் உக்கிரமாக உச்சகட்டத்தை அடைந்து விவாதம் தடைப்பட்டது. சற்று நேர மௌனத்திற்குப் பிறகு மீண்டும் வேறொரு பொருள் குறித்து விவாதம் சூடுபிடிக்கத் துவங்கியது. தடைப்படாமல் குறிப்பிட்ட நேர இடைவெளியில் மது மாத்திரம் பரிமாறப்பட்டுக்கொண்டே இருந்தது.

'நீ பன்றி' என்று ஒருவனும் 'நீ மலம், நான் உன்னை விழுங்கி விடுவேன்' என மற்றொருவனுமாக விவாதம் அருவருப்பான தளத்தை நோக்கிச் சென்றுகொண்டிருக்க, ராஜன் இடைமறித்து ஒரு சினிமாக்காரனிடம் பணம் கொடுத்து அனைவருக்கும் புரோட்டா வாங்கி வரும்படிக் கேட்டுக்கொண்டார். இளைய சினிமாக்காரன் பணத்தோடு புறப்பட்டுச் செல்ல, இலக்கியவாதி முகத்தில் ஒருவித திருப்தி; பொருளாதார ரீதியில் தாழ்ந்திருந்தாலும் அறிவுஜீவிகள் உலகில் சினிமாக்காரனைக் காட்டிலும், இலக்கியவாதி உயர்ஜாதிதான் என்ற தோரணை தெரிந்தது.

இப்போது அறிவார்த்தமான சர்ச்சைகளை ஓரம் கட்டிவிட்டு சினிமாக்காரர்களின் அந்தரங்கம் பற்றிய பேச்சு எழுந்தது. முன்பிருந்தது போன்ற இறுக்கம் இல்லாமல் இப்போது அறைக்குள் ஒருவித கிளுகிளுப்பான உணர்வு படர்வது போலிருந்தது. ராஜன் அவசரமாக எழுந்துகொண்டார். அவரிடம் மெலிதான பதற்றம் இருப்பதை என்னால் உணர முடிந்தது. அவர் வேகமாக உள் அறைக்குச் சென்றார். சுடலைக் கண்ணுவிடம் ஏதோ பேசுகிறார் என அனுமானிக்க முடிந்தது. இருவரும் வெளியே வர, சுடலைக்கண்ணு செருப்பை மாட்டிக்கொண்டு படியிறங்கிச் சென்றார். 'புரோட்டா சாப்பிட மாட்டான்.' பொதுவாகக் கூறிவிட்டு முன்போல சபையில் அமர்ந்துகொண்டார் ராஜன்.

கிசுகிசு பேச்சு மீண்டும் களை கட்டியது. எனக்கு மட்டும் சுடலைக் கண்ணு படியிறங்கிச் சென்ற காட்சியே மூளைக்குள் ஓடிக் கொண்டிருந்தது. எனது டம்ளரில் இருந்த பிராந்தியை விழுங்கினேன். தண்ணீர் குறைவாகக் கலந்திருக்க வேண்டாம், காட்டமாக இருந்தது. சற்று நேரத்திற்கெல்லாம் சினிமாக்காரன் புரோட்டாவோடு வந்து விட்டான் என்றாலும் அது பிரிக்கப்படவில்லை. மது இன்னும் மிச்சமிருந்தது. அவர்கள் பேசிக்கொண்டிருந்தது எதுவும் என் மூளைக்குள் ஏறவில்லை. வளவளவென்றிருந்தது. அப்போது வேகமாக உள்ளே நுழைந்தார் சுடலைக்கண்ணு. 'இந்தாங்க, இத சாராயக் கூட்டுக்குப் பொரிச்சுக்கிடுங்க' என்று கூறியபடியே கையில் வைத்திருந்த

இஸ்திரிக் கடைச் சேவலை எங்கள் நடுவே வீசினார். அதன் தலை சிதைந்து போய் ரத்தச் சகதியாக இருந்தது. காலைப் பிடித்து சுவரில் அறைந்து கொன்றிருக்கவேண்டும்.

எல்லோரும் நடந்ததை கிரகிக்க முடியாமல் அதிர்ச்சியோடு அமர்ந்திருந்தனர். சுடலைக் கண்ணு அதே வேகத்தில் உள்ளறைக்குச் சென்றுவிட்டார். அவர் சென்றவிதம், வேட்டைக்குப் போய்விட்டு, கோயிலுக்குத் திரும்பிச் செல்லும் சுடலைமாடனை நினைவுறுத்தியது. நான் அந்தச் சேவலைப் பார்த்தேன். அதன் கால்கள் அனிச்சையாக உதறிக் கொண்டிருந்தன. அதில் இளமையும் ஆண்மையும் கொப்பளிப்பதாய் உணர்ந்தேன்.

# வீடு

கலைச்செல்வி

நாளை ஞாயிறு அன்று எல்லோரும் ஒன்று கூடுவதாகப் பேச்சு. வனமாலாவுக்கு ஞாயிறும் ஒன்றுதான் திங்களும் ஒன்றுதான். எல்லா நாள்களிலும்மாலைக்கு மேல்தான் டிஃபன் கடை மளமளப்பாக நகரும். அவளது டிஃபன் கடையே நகரும் கடைதான். தட்டு வண்டி டிஃபன் கடை. முன்பெல்லாம் இட்லி மாவைக் கடையில் கொடுத்து அரைத்து வாங்கிக்கொள்வாள். வீட்டுக்குப் பக்கத்திலேயே அரவை இருந்தது. அதற்கெல்லாம் இங்கு வசதியில்லை. இட்லி மாவாக வாங்கிக் கொள்ளவேண்டும். எல்லாவற்றையும் விட்டு விட்டு நாளை மீட்டிங் செல்லவேண்டும். அப்போது தான் தூங்கி எழுவதற்காவது ஒரு வீடு கிடைக்கலாம்.

'கலக்கி ஒண்ணு... ஆப்பாயிலு ஒண்ணு... பெப்பரு கொஞ்சம் தூக்கலா...' பரோட்டாவைத் திணித்துக் கொண்டே அடுத்த ஆர்டரைச் சொன்னான் ஒருவன். கை உதவிக்கு கற்பகத்தைத் தவிர வேற்று ஆளில்லை. பரோட்டாவுக்கு மாவு பிசைந்து உருட்டித் தருவதோடு மாஸ்டரின் வேலை முடிந்துவிடும். அவ்வப்போது அவளைத் தேடி வரும் வினய்நாத்துக்கும் இந்தக் கடைக்கும் சம்பந்தமில்லை.

'ஆறு ப்ரோட்டா... ரெண்டு ஆம்லெட்டு...' கணக்கு சொல்லிக் காசை நீட்டினான் சாப்பிட்டு முடித்த ஒருவன்.

மனம் எங்கோ லயித்தாலும் கை மும்முரமாக வேலை செய்து கொண்டிருந்தது வனமாலாவுக்கு. காசை வாங்கி பிளாஸ்டிக் டப்பாவில் போட்டுவிட்டு, முட்டையை உடைத்து கல்லில் ஊற்ற, சூட்டில் முட்டையின் திரவம் துடித்தது. அடங்கும்முன் அனலைக் குறைத்து அலுங்காமல் எடுத்து தட்டில் வைத்து கற்பகத்திடம் நீட்டினாள். மணி பத்தைத் தாண்டியிருந்தது. கிட்டத்தட்ட வியாபாரத்தை முடித்திருந்தாள்.

வீடு இல்லாமல் இல்லை. இருந்தது. எல்லாம் கற்பகாம்பாள் கருணை என்பாள். கற்பகாம்பாளும் அங்குதான் குடியிருந்தாள். வனமாலாவுக்கு அம்மனைப்போல பெரிய பொட்டாக நெற்றிக்கு வரைந்துகொள்ளப் பிடிக்கும். இப்போது அம்மன் இல்லாத விரக்தியில் 'இருக்கறதுலயே பெரிய சைஸு பொட்டு குடு...' என்று ரெடிமேடாக வாங்கி வைத்துக் கொள்கிறாள். அங்கிருக்கும்போது வினய்நாத் பழக்கமில்லை. கற்பகமும் இவளும்தான். துணை நடிகர் ஏஜெண்ட் எப்போதாவது வந்து போவான். பேரதிர்ஷ்டம் வாய்த்தவர்களுக்குதான் சினிமாவில் ஒரு ஓரமாகவாவது நிற்க முடியும். ஆனால் அவளுக்கு ப்ராப்தம் ரொம்பவே குறைவு.

'குருமா முடிஞ்சு போச்சா...' பரோட்டாவைக் குருமாவோடு வழித்து அசிங்கமாய் வாய்க்குள் விரலை விட்டுத் திணித்தாள் மகள். அதைக் காதில் வாங்கிக் கொள்ளாதவளாக காலிப் பாத்திரங்களை மளமளவென பொறுக்கி ஒன்றோடொன்று அடுக்கினாள் வனமாலா.

'பராக்கு பாக்காம மளமளன்னு துன்னு...' மகளிடம் இரண்டு பரோட்டாவை வைத்து நீட்டினாள். குடத்தில் மீதமான நீரை காலியான குழம்புப் பாத்திரத்தில் ஊற்றிக் கசடை வழித்து வெளியே வீசினாள். ஸ்டூல்களை ஒன்றோடொன்று அடுக்கித் தட்டு வண்டிக்குள் போட்டு சுற்றிலும் நீல நிற பாலித்தீன் திரைகளை இழுத்து விட்டாள். 'சீக்ரம்டீ... மணியாச்சு...' என்றாள் மகளிடம்.

'சீக்ரம்... மணியாச்சு...' முதுகுக்குப் பின்புறமிருந்து அவள் சொன்னதை அப்படியே சொன்னான் கந்துவட்டிக்காரன். சினிமாவை நம்பிப் பிரயோஜமில்லை. குழு நடனத்தில் கூட உயரம் கருதி கடைசி வரிசைதான். கும்பலான காட்சியில் ஒரு ஓரமாக நிற்கும் இவள் முகத்தருகே கூட கேமரா வருவதில்லை. கந்துவட்டிக்காரன் தயவில்தான் டிஃபன் கடை வைக்க முடிந்தது. ஆனாலும் அநியாய வட்டி. கடை ஓடினாலும் ஓடாவிட்டாலும் இவனுக்கு அழுதாக வேண்டும். பிளாஸ்டிக் டப்பாவிலிருந்து கணிசமான நோட்டுகளை அவனுக்குக் கொடுக்க வேண்டியிருந்தது.

வீட்டுக்குச் செல்ல இங்கிருந்து பத்து நிமிடமாவது வண்டியைத் தள்ளவேண்டும்.

வீடு என்றால் வீடல்ல. நடைமேடையில் தங்களுக்கென்று ஒதுக்கிக் கொண்ட இடம். தார்பாலின் கூரை, அட்டைப் பெட்டிச் சுவர், விறகடுப்பு, நாலைந்து சமையல் பாத்திரங்கள், டிரங்குப் பெட்டி, காம்பவுண்டு சுவரில் மாட்டியிருக்கும் முகம் பார்க்கும் கண்ணாடி, அம்மன் படம், தண்ணீர்க் குடம், பாய், போர்வை, இரு சிறு துணி மூட்டைகள்... கூடவே பத்து வயது மகள் கற்பகம். மொத்தமும் இதுதான். சினிமாவில் நடித்த காலத்தில் தகர பீரோவும் இரும்புக் கட்டிலும் இருந்தன. அதுவே வீட்டை அடைத்துக்கொள்ளும். சின்னஞ்சிறு வீடுதான். எப்போதோ வேய்ந்த ஓடு. இவளுக்காவது ஓட்டு வீடு. மீதிக்குப் பெரும்பாலும் குடிசைதான். திறந்தவெளிக் கழிப்பறை. அடி பம்ப்பு, அடிபிடிச் சண்டைகளுக்குக் குறைவில்லை என்றாலும் வீடு சொந்தமாக இருந்தது. போக்குவரத்துக்கு எளிதான இடத்தில் இருந்தது. அதுதான் பிரச்சினையே.

வண்டி போட்டுக்கொண்டு வந்துவிட்டார்கள். அரசாங்க வண்டி. 'இந்த இடத்தை காலி பண்ணி கொடுத்தீங்கன்னா உறுதியான காங்கிரீட் கட்டடம் நாங்களே கட்டித் தர்றோம்...'

'எங்க...?'

அவர்கள் சொன்ன இடம் இங்கிருந்து முப்பது கிலோ மீட்டராவது தள்ளியிருக்கும்.

அங்கிருக்கும் நிலைமையைத் தெரிந்து வைத்திருந்தார்கள். இருநூறு சதுர அடிக்குள் வீடு. அடுக்கியடுக்கி வைத்தது மாதிரி வானம் அளவுக்குக் கட்டடம். ஆயிரக்கணக்கான வீடுகள்... மூச்சு முட்டிவிடும். தெருவையும் சாக்கடையையும் பிரிக்க முடியாது. தண்ணீரைத் தேடி அலையவேண்டும். அருகில் குடியிருப்போ மற்றவைகளோ எதுவுமில்லாததால் வேலை வாய்ப்புக்கு இடமேயில்லை. வெற்று வீடு. அதுவும் இவர்கள் சொல்வதுபோல உடனே கிடைத்துவிடாது. நடையாய் நடக்கவேண்டும்.

'வூடு குடுப்பே... செரி... பொயப்பு..? துட்டுக்கு எங்க போறது... சம்பாதிக்கற துட்டு மொத்தமும் சிட்டிக்கு வந்துக்கினு போயிக்கினு கெடக்கவே சரியாப்பூடும்...' ஒரேயடியாக மறுத்துவிட்டனர்.

இதே மாதிரியான இரவு நேரம்தான் அன்றும்... போதையோடு தெருவில் புரண்டு கிடந்தவர்கள் தவிர மீதமானோர் தூக்கத்திலும் உடல் அலுப்பிலும் அசந்துகிடந்தார்கள். பன்னிரண்டு இருக்கலாம்.

எங்கிருந்து எப்படிப் பற்றியது என்றே புரியாமல் திகுதிகுத்த நெருப்பு அனைவரையும் வாரிச் சுருட்ட வைத்தது. என்ன நடக்கிறதென்றே விளங்காமல் பொருளை எடுப்பதா, பிள்ளைகளை எடுப்பதா என திக்குமுக்காடிய தருணங்கள் அவை. கடைசியாக தீயின் வேகத்துக்கு போட்டது போட்டபடிதான் ஓடி வர முடிந்தது. தீயணைப்பு வண்டி மெத்தனமாக வந்து சேர்வதற்குள் அத்தனையும் எரிந்து அடங்கிப் போயிருந்தது.

'வருத்தந்தான்... என்ன பண்றது... இங்க வண்டி நொழையவே இடம் கெடையாது பாத்துக்கிடுங்க...' என்றனர் தீயணைப்புப் துறையினர்.

அன்று தெருவுக்கு வந்ததுதான். இன்னும் வீடு வாய்க்கவில்லை. தீ எரித்த இடத்தைச் சுற்றி கம்பி வேலி அமைத்து காவலுக்கு ஆட்கள் நின்ற சமயத்தில் அத்தனை சந்தேகம் எழவில்லை. 'உள்ளுக்குள்ளயே பொகைஞ்சுட்டு கெடக்கு. எந்த நேரம் என்னா வெடிக்கும்னு சொல்றதுக்கில்லே. கொஞ்சநாளைக்கு இந்த பக்கம் வராதீங்க...'

காவல்துறையின் வார்த்தைக்குக் கட்டுப்பட்டனர்.

'துக்கிரிப்பயலுங்க... இன்னா நேரத்தில வந்தானுங்களோ... அல்லாமே நெருப்புல எரிஞ்சுப்பூடுச்சு...' ஆனாலும் வயிறெரிந்து கதறினர்.

மின்கசிவுதான் காரணம் என்றார்கள்.

'மின்கசிவுங்கறதெல்லாம் சும்மா... எரிச்சதே அவங்கதான்... உங்களை காலி பண்ண வைக்கறதுக்கு...' அனுதாபிகளுக்கு உண்மை தெரிந்திருந்தது. தொலைக்காட்சியில் ஒருமுறை பேட்டி எடுத்து ஒளிபரப்பினார்கள். அவர்களும் இதே கருத்தையே முடிவாகச் சொன்னார்கள்.

'இன்னாத்துக்கு காலி செய்யணும்..?' எகிறியது ஊர்.

'சிங்காரச் சென்னைன்னா அதுக்கு அர்த்தமென்ன...? அசிங்கத்தயெல்லாம் தூக்கி ஏறக்கட்டறது... அவங்கள பொறுத்தவரைக்கும் நீங்க அசிங்கம்... கழிவு... அதை நடுக்கூடத்தில வைக்கறதுக்கு விருப்பமில்லை. உலக வங்கி கடன் குடுக்குதுன்னா அதோட சட்டதிட்டத்துக்கு கட்டுப்படணும். இனிமே நீங்க நெனச்சாலும் இந்த இடத்தை உங்களுக்கு தரப் போறதில்ல...'

அதையேதான் சொன்னார்கள் அதிகாரிகளும். ஆனால் வேறு வார்த்தைகளில்.

‘இது ஆக்கிரமிப்பு நிலம். கவர்மெண்ட் கேஸ் போட்டுச்சுன்னா உங்களால ஒண்ணும் செய்ய முடியாது. பேசாம அங்க போயிடறது தான் நல்லது…’

‘அங்க போயி… இன்னா செய்றது… எங்க பொயப்பு…? சோத்துக்கே பேஜராப்பூடும்…’

‘சரி, சென்னை சிட்டிக்குள்ள இடம் இருந்தா சொல்லுங்க… கட்டித் தர்றோம்…’ உதடுகளில் இளக்காரம் வழிவது போலிருந்தது.

போராட்டத்தைத் துவங்கியது அப்போதிலிருந்துதான். இங்கு போலவே அவர்களுக்குத் தேவைப்பட்ட இடங்களில் உள்ள குடிசைப்பகுதிகளும் எரிந்து போயிருந்தன. சங்கம் ஆரம்பித்து ஒருங்கிணைந்த போராட்டம் தொடர்ந்தது.

‘இங்க இருக்கவங்கள்ள நெறைய பேரு எலக்ட்ரிக் போஸ்ட்லேர்ந்து கரண்டை திருடி உபயோகப்படுத்தியிருக்கீங்க… அது ஹை வோல்டேஜ் கம்பம். அதுலேர்ந்து மின்சாரம் கசிஞ்சுதான் தீ பிடிச்சுருக்கு. இன்வெஸ்டிகேட் ரிப்போர்ட்ட வச்சு யாராரு வீட்டுல கரண்டு திருடியிருக்காங்கன்னு கண்டுபுடிச்சுடுவாங்க. லச்சக்கணக்கில ஃபைன் கட்ட வேண்டியிருக்கும்… பாத்துக்கிடுங்க…’ பயமுறுத்தியது மின்சார வாரியம்.

‘இங்க சாக்கடை வசதி இல்ல. வெச காய்ச்சல் வருது. ரேசன் கார்டு பாதி பேருக்கு வர்லைங்கறீங்க… இங்க இருந்து என்ன சாதிக்க போறீங்க…’ என்றார் வருவாய்த் துறை அதிகாரி.

‘எங்களோட தம்மாத்தூண்டு எடத்த புடுங்கிக்கினு நீங்க இன்னாத்த சாதிக்க போறீங்க…’ குரலை உயர்த்தினர்.

‘அப்டீன்னா அரசாங்கம் புடுங்கி வச்சுக்குச்சுன்னு சொல்றீங்களா… அரசாங்கம் மக்களுக்கு நல்லதுதான் செய்யும்.’

காவல் துறை ‘விசாரிக்கறோம்…’ என்றது.

நடந்து போன சம்பவங்களை பெருமூச்சாகக் கடத்தினாள் வனமாலா. வண்டியை அருகிலிருந்த சிறிய சந்தில் நிறுத்தி அங்கிருந்த கம்பத்தோடு கட்டினாள். மூத்திர நாற்றம் சுள்ளென்று அடித்தது. தூக்கக் கலக்கத்தோடு நின்று கொண்டிருந்தாள் கற்பகம். ‘இன்னாத்துக்கு நின்னுக்கினுக்கற… மூத்தரம் அடிச்சிட்டு போய் படு…’ என்றாள் மகளிடம்.

அடித்த வெயிலை நடைமேடை அப்படியே உள்வாங்கியிருந்தது. மேடையின் மேடு பள்ளங்களை சமன் செய்ய பாயின் மீது புடவையை விரித்து, அதில் நீரைத் தெளித்துக் குளுமையாக்கினாள். ஆனால் கொசுக்களைச் சமாளிக்க முடியாது. சுருளை ஏற்றி வைத்து உறங்க தோது உண்டாக்கினாள்.

சாப்பிடத் தோன்றவில்லை. அவிழ்ந்துகிடந்த கூந்தலைத் தூக்கி உயரே கட்டிக் கொண்டாள்.

'படுக்கல..?' அட்டைப்பெட்டிச் சுவருக்கு அந்தப் பக்கத்திலிருந்து குரல்.

'ம்க்கும்...' கனைப்பாகவும் பதிலாகவும் சொன்னாள் வனமாலா. பிறகு 'தர கொதிப்பா கிது...' என்றாள்.

பழைய இடம் மட்டும் கிடைத்துவிட்டால் போதும். கூரையும் வேணாம்... தரையும் வேணாம். அப்படியே தங்கிக் கொள்ளலாம். பிறகு அரசு பொதுக் கழிப்பிட கான்ட்ராக்டர் சிங்காரத்திடம் சண்டை போடும் அவசியம் இருக்காது. ஒருமுறை கற்பகத்துக்கு வயிற்றுப் போக்கு ஏற்பட்டபோது கழிப்பறைக் கதவை மூடிக்கொண்டு படுக்க அழைத்தான். திருடரைப்போல ரயில் நிலையக் கழிப்பறைக்கு ராவோடுராவாக ஓட வேண்டியதில்லை. ஒரு குடம் நீருக்காக மேலே வந்து விழும் ரயில் நிலைய சுத்திகரிப்பாளனைப் பொறுத்துக் கொள்ளும் அவசியமில்லை. உறங்கும்போது தெருவோடு போகும் குடிமகன்கள் பக்கத்தில் வந்து படுத்து விடுவார்களோ என அஞ்ச அவசியமில்லை. தெரு விளக்கு வெளிச்சத்தில் கொசுக்கடியோடு உறங்க வேண்டாம். கழிவும் மழையும் கலந்த குளிரில் உட்கார்ந்தவாறே இரவைக் கழிக்கத் தேவையில்லை. வினய்நாத்துடன் நீட்டி நிமிர்ந்து உறவு கொள்ளலாம்.

கற்பகம் எச்சில் வழிய உறங்கிக் கொண்டிருந்தாள்.

நேரம் கடந்தும் உறக்கம் வரவில்லை. நடைமேடையில் அமர்ந்து கால்களைத் தெருவில் நீட்டிக்கொண்டாள். வினய்நாத் வருவதாகச் சொல்லியிருந்தான். டிஃபன் கடையில் பழக்கம். அவனும் அவளைப்போல சினிமா ஆசை கொண்டவன்தான். இவளாவது திரையில் ஏதோ ஒரு கோடியிலாவது தெரிந்திருக்கிறாள். பாவம் அவன்... பெயரையும் ஒப்பனையையும் மாற்றிக்கொண்டே இருந்தாலும் எதுவுமே வாய்க்கவில்லை.

காற்று மெலிதாக வீசியது இதமாக இருந்தது. நாளைய கூட்டத்திற்கு பெரிய ஆட்களெல்லாம் வருகிறார்களாம். எப்படியும் வீடு

கிடைத்துவிடும். இந்த நம்பிக்கை ஒவ்வொரு முறை சங்கக் கூட்டம் போடும்போதும் எப்படியோ மனதில் வந்து உட்கார்ந்துவிடுகிறது. நம்பிக்கை உற்சாகத்தைக் கொடுத்தது.

வினய்நாத் வந்திருந்தான். மேலும் உற்சாகமாக இருந்தது அவளுக்கு. சுற்றுமுற்றும் பார்த்தாள். இப்போதைக்கு நடமாட்டமில்லை. ஆனால் தெரு விளக்கின் ஒளி அதிகமாக இருந்தது. முன்புற தார்பாலின் தடுப்பை இறக்கி விட்டாள். வெயிலில் நைந்து பாதிக்குக் கூட காணாமல் நடுவாந்திரமாகத் தொங்கியது அது. ஓரமாக வைத்திருந்த குழம்புச்சட்டியை ஏந்திக்கொண்டு படுக்கும் இடத்துக்காகத் தடுமாறினாள். இரவு சாப்பிட்டிருந்தால் சட்டியைக் கழுவி ஒன்றோடு ஒன்று அடுக்கியிருக்கலாம். குழம்போடு வெளியே நகர்த்தி வைத்தால் நாய் நக்கிவிடும். அட்டைப் பெட்டியை நகர்த்தி 'யக்கோவ்... கொழம்பு குண்டான அந்தாண்ட வச்சுக்கறேன்...' என்றாள்.

'ம்ம்ம்... ம்ம்ம்...' அவள் கண்ணடித்தது மின் விளக்கு ஒளியில் துல்லியமாகத் தெரிந்தது.

சோற்றுப்பானையை நகர்த்தி கற்பகத்தின் தலைமாட்டுக்கு மேல் வைத்தாள். நல்லவேளை அவள் இன்னும் உயரமாகவில்லை. வளர்வதற்குள் வீடு கிடைத்துவிடும்.

'ஏய்... வாடீங்கறேன்ல்ல...' அவசரப்படுத்தினான்.

ஒருக்களித்தவாறு படுத்தான் வினய்நாத். ஒருவர் படுக்குமிடத்தில் இருவர் படுக்கவேண்டும். இந்த நேரத்திற்கு இது வசதிதான்.

'அவுதிதான் ஒனக்கு...' நமுட்டுச் சிரிப்பு சிரித்தாள்.

அவளுக்கும் ஆர்வமாக இருந்தது. அவன் மீது சரிந்ததுபோல உராய்ந்துகொண்டே படுத்தாள். அதற்கு மேல் காக்க முடியாதவன் போல பரபரப்பாக அவளை இறுக அணைத்துக்கொண்டான். முத்தமிட்டான். பிறகு சற்றே விலகி அவளின் முந்தானையை விலக்கினான்.

கற்பகம் பார்ப்பது தெரியாதவரைக்கும் நிம்மதிதான். வீடு கிடைத்து விடும் என்ற நம்பிக்கையைப்போல.

# முகம்

எஸ்.எஸ். ராகேஷ் குமார்

மழை மேகம் மெதுமெதுவாக ஒன்று சேரத் தொடங்கியது. காலை முதலே கதிரவன் முகம் காட்டவே இல்லை. நேரம் மணி பத்தைத் தாண்டி ஓடியது. அவசரமாக வேலைக்குப் போகத் தயாராகிக் கொண்டிருக்கின்ற நேரத்தில் அவனது நண்பன் கைபேசியில் அழைத்து, வரும்போது இரண்டாயிரம் ரூபாய் எடுத்துவரச் சொன்னான்.

வெளியே லேசாக இருட்டி இருந்தது, மழை பக்கத்து ஊர்களில் எங்கோ பெய்வதைக் காட்டும் விதமாக நல்ல காற்று ஆவேசமாக ஆடி அடங்கியது. வீட்டிலிருந்து பதினைந்து நிமிடத்தில் அவனது அலுவலகத்துக்குப் போய்விடலாம். இடைப்பட்ட தூரத்தில் இருக்கின்ற ஒரே ஒரு தானியங்கி பணம் கொடுக்கும் இயந்திரம் ஒரு வாரமாகப் பணம் இல்லை என்றுதான் காட்டுகிறது.

இருசக்கர வாகனத்தை இயக்கி அதில் ஏறி அமர்ந்தான். இரண்டு மூன்று மழைத் துளிகள் அங்கங்கே விழுந்தன. வாகனத்தின் வேகத்தைக் கூட்டிச் சென்றான். மழையையும், இயந்திரத்தையும் காரணம் காட்டிப் பணம் எடுக்காமல் செல்லலாம் என்று யோசித்துக் கொண்டே, இயந்திரம் இருக்கும் அந்த வளைவைக் கடக்க முயற்சிக்கையில், ஏதோ ஒரு நொடியில் 'NO CASH' பலகை இல்லாததைக் கண்டு வண்டியை நிறுத்தினான்.

●

எழுபது எழுபத்தைந்து வயது இருக்கலாம். உயிர் இருக்குமா என்று சந்தேகிக்கும் அளவான தேகம். சூம்பிப்போன கைகளில் ஒரு முடி கூட இல்லை. தலையில் நிலைகொள்ளாத தொப்பி. குழி விழுந்த அல்லது விதியின் பயனால் உருவாகி வந்த கன்னக்குழிகள். அதிகபட்சம் ஒரு நாற்பது கிலோ இருக்கலாம். நிச்சயம் இந்த ஆள் இப்போதுதான் முதன்முதலாக கால்சட்டை என்ற ஒன்றை அணிந்திருப்பார். இல்லையேல் இவரைப்போல் இரண்டு பேர் உள்ளே செல்லும் அளவிலான சட்டையும், கால்சட்டையும் ஏன் போடவேண்டும். இந்த லட்சணத்தில் டக்கின் வேறு. மேலிருந்து ஆணையிருக்கலாம். இந்த உடைகள் துவைத்துச் சில வாரங்களேனும் ஆகியிருக்கும். கண்ணாடியின் வளைந்த நிலை மூக்கில் நில்லாமல் ஒரு காதில் முட்டுக் கொடுத்து நிறுத்தப்பட்டிருந்தது. மெதுவாக வெளியே இருந்த நாற்காலியை பிரயத்தனப்பட்டுத் தூக்கிக்கொண்டு படிகளில் ஏற முற்பட்டார்அந்தக் கிழவர். மர நாற்காலியின் ஒரு கால் ஒடிந்து அதை முள் ஆணியின் உதவியுடன் சேர்த்திருந்தனர்.

மழை கொஞ்சம் கொஞ்சமாக அதிகமானது. இவன் வேகமாகப் படிகளில் ஏறினான். இவன் வருவதைக் கண்ட கிழவர் நாற்காலியைத் தூக்கிக்கொண்டு வழியில் இருந்து தள்ளிநின்றார். காற்றின் வேகத்தில் சாய்வாக அடிக்கத் தொடங்கியதுமழை. கிழவரின் மேல் மழை பொழிந்தது. இவன் உள்ளே நுழைந்ததும் மீண்டும் கதவை வெளியே இழுத்துப் பிடித்துக்கொண்டு ஒற்றைக் கையால் நாற்காலியைத் தூக்கி மெதுவாக உள்ளே வைத்தார் கிழவர். அறையின் குளிரூட்டி இருபத்திரண்டு டிகிரியில் சுழன்றடித்தது. உள்ளே இவனால் ஒரு ரெண்டு நிமிடம் நிற்க முடியவில்லை. கிழவர் வெறித்த கண்களுடன் சுற்றிலும் பார்த்தார். கிழவரைப் பத்து நிமிடம் உள்ளே நிறுத்தி வைத்தால் ஜீவ சமாதி ஆகிவிடும் வாய்ப்பு அதிகமாகவே உள்ளது. கிழவர் இவன் முகத்தைப் பார்க்கவேயில்லை. கண்ணாடிக் கதவுகளின் ஊடே வெளியே நோக்கி நின்றார். இவனும் பணத்தை எடுத்துவிட்டு வெளியே பார்த்தான். மழை புரட்டி எடுத்துக் கொண்டிருந்தது.

சென்னையில் நாலு துளி விழுந்தாலே நாலு நாள் நாறிவிடும். ஊரில் உள்ள எல்லாச் சாக்கடையும் ரோட்டில்தான் முட்டளவு ஓடும். காலன் பல இடங்களில் காத்துநிற்பான். ஒவ்வொரு காதளவு தூரத்திலும். பாசக்கயிற்றை எந்தத் திசையில் நின்றுகொண்டும் எவ்வடிவிலும் வீசுவான். எந்த சென்னைவாசியும் ஒரு விவசாயியைப் போல், ஒரு கிராமத்தானைப் போல மழையைப் பரவசத்துடன் வரவேற்பதே இல்லை. அவர்களைச் சொல்லியும் குற்றமில்லை. பரலோகத்தை அனாயசமாகச் சென்றடையப் பல வழிகளைத்

திறந்தே வைத்துள்ள இடத்தில், நீர் மேலாண்மையின் மிகப்பெரிய தோல்வியின் உதாரணமான புதிய சிங்காரச் சென்னையில் யார்தான் பிரியப்படுவர் மழை என்ற சனியனை.

●

கிழவர் இங்கு வேலைக்கு வந்த இரண்டாம் நாள் இன்று. சுமார் பத்து நாட்களுக்கு முன்னர்தான் ஒரு பெரிய கடையின் முன்னால் இரண்டு நாள் அமர்ந்திருந்தார். ஒருமுறைகூடச் சாப்பிட்டதாய்த் தெரிய வில்லை. பிச்சையெடுக்கவும் கை உயரவே இல்லை, எத்தனையோ முறை எண்ணியபோதும். பின்னர் அந்தக் கடையில் காவலாளியாக இருந்த முதியவரிடம் 'ஏதாவது வேலை கிடைக்குமா' என்று உடைந்த குரலில் கேட்டபோது, அவர் கூட்டிச்சென்றது,தனியார்க் காவலர் முதலாளியிடம். ஏற இறங்கப் பார்த்த அந்த மிலிட்டரிக்காரன் 'யோவ்...! இவர எதுக்கு கூட்டி வந்த?' என்றான் சிரத்தையில்லாமல். 'இல்ல, வேல கேட்டாரு, அதான்...' 'உமக்கு வேல தந்ததே பாவம் பாத்து, இந்த வயசில இவர வேலைக்கு சேர்த்து நான் ஆசுபத்திரி செலவும் பார்க்கவா முடியும்...'

கிழவர் மெதுவாக 'இல்ல ஐயா... ஒரு வேல இருந்தா கொஞ்சம் உதவியா இருக்கும்...' என்றார். கொஞ்சம் இருமிய மிலிட்டரி, 'சரிதான், ஆனா ஒரு வயசு அளவு உண்டில்லையா? உங்களுக்கு இப்போ எத்தன?' என்று கேட்டான். எழுபத்தி மூணு என்றார்கிழவர் தரையைப் பார்த்தபடி. 'எந்த ஊரு?' 'வந்தவாசி ஐயா' என்றார் தலையைத் தூக்காமலே. 'ஏதாவது அடையாள அட்டை வச்சிருக்கீங்க?' கையில் இருந்த பாலித்தீன் கவரில் இருந்து கொஞ்சம் கிழிந்த வாக்காளர் அடையாள அட்டையை எடுத்து நீட்டினார். பல விதமான கேள்விகள், பல மௌன பதில்களும் நேர்த்தியான பதில்களும். பல இடங்களில் கிழவரது கைநாட்டு வாங்கப்பட்டது.

'அதோ அந்த அறையில ஒரு செட் துணி இருக்கு, இன்னும் பத்து நாளில புதுத் துணி வரும். அதுவரைக்கும் இத போட்டுக்கோங்க. ஒரு ஷூவும் அந்த மூலையில இருக்கு. அதையும் எடுங்க' என்றான் மிலிட்டரி. உடுத்தியிருந்த அழுக்கு வேட்டியை ஒருமுறை சரிசெய்து கொண்டே தலையை நிமிர்த்திய கிழவர் மெல்லிய குரலில், 'சார், சம்பளம் எவ்வளவு குடுப்பீங்க?' என்றார். 'பாத்துக்கலாம்' என்று சொல்லிக்கொண்டே வெளியில் நின்றிருந்த ஒரு வாலிபனைக் கூப்பிட்டான். 'டேய், இன்னைக்கு யாராவது லீவு கேட்டிருக் காங்களா?' 'ஆமாண்ணே, அந்த தெருமுக்கு ஹோட்டல்ல ஒரு ஆளு போகணும்ணே... அந்தத் தாத்தா ஊருக்குப் போயிட்டாருல்ல, வாறதுக்கு ரெண்டு நாள் ஆகும்.'

கிழவர் மெதுவாக நடந்துசென்று பக்கத்து அறையில் தொங்கிக் கொண்டிருந்த சட்டை மற்றும் கால்சட்டையை எடுத்தார். சில நாட்கள் யாரோ அதை உடுத்தியுள்ளனர். அதனை எடுத்து மடக்கி வைத்துக்கொண்டு சுற்றும் முற்றும் ஒரு கவரைத் தேடினார். பழைய செய்தித்தாள்கள் மட்டும்தான் மூலையில் கிடந்தன. அதில் ஒரு சில தாள்களை எடுத்து இரண்டையும் சுருட்டிக்கொண்டார். பக்கத்தில் தொங்கிய தொப்பியையும் கையில் எடுத்துக்கொண்டு வெளியே வரும்போது, மிலிட்டரி வாலிபனைக் கூப்பிட்டு, ‘எலே...! இவர அந்த ஹோட்டல்ல இறக்கிவிட்டு வா’ என்றான். அவன், ‘பெரியவரே, போலாமா...’ என்றவாறே இருசக்கர வாகனத்தை அமிழ்த்தி ஏறச் சொன்னான். கிழவர் பதற்றத்துடன் ‘தம்பி ஒரு நிமிஷம். அந்த ஷூ...’ என்றவாறே மீண்டும் உள்ளே விரைந்தார். மூலையில் ஒரு ஷூ கொஞ்சம் அல்ல, அதி பழசாகவே இருந்தது. சிலந்தி வலை பின்னியிருந்ததைக் கைகளால் நீக்கிவிட்டு அதைக் கையில் எடுத்துக் கொண்டே வேகமாகப் போய் வண்டியில் ஒரு புறமாக ஏறி அமர்ந்தார். வழியில் யாருடனோ பேசிக்கொண்டே தலையைத் தோளின் மேல் முட்டுக்கொடுத்துக் கைபேசியில் சிரித்துக்கொண்டே வண்டியை ஓட்டிக்கொண்டு இருந்தான் வாலிபன். ஒரு பெரிய கடையின் முன் வண்டி நின்றது.

‘பெரியவரே, இங்கதான். அந்த சைடுல ஒரு சீட் போட்ட ஒரு இடம் இருக்கும். நான் போய் கட ஓனர்கிட்ட சொல்லிட்டுப் போறேன்’ என்றவாறு கடை நோக்கி நடந்தான். திரும்பி வந்தவன், ‘மணி இப்போ ரெண்டாகப் போகுது. ஆறு மணிக்குதான் டைம். நாளைக்கு காலையில ஆறு மணிக்கு கிளம்புங்க. மதியம் சாப்பிட்டீங்களா? இல்லயில்ல...’ அவனே பதிலும் சொல்லிவிட்டு ஒரு இருபது ரூபாய்த் தாளை எடுத்து நீட்டிவிட்டுத் திரும்பினான்.

கிழவர் ரோட்டோரம் இருந்த சிறு தள்ளுவண்டி டீக்கடைக்குச் சென்று டீ சொன்னார். யானைப் பசிக்கு டீ பத்தவேயில்லை. கடையில் வைத்திருந்த பலகாரங்களைப் பார்த்தார். ‘தம்பி இந்த பிஸ்கட் எவ்வளவு?’ ‘ஒண்ணு அஞ்சு ருவா...’ நிதானமாய் அந்தப் பெரிய குப்பியைத் திறந்து இரண்டு பிஸ்கட்டை எடுத்துச் சாப்பிட்டான். பின்னர் கொஞ்சம் தண்ணீரை அங்கிருந்த பிளாஸ்டிக் கேனில் அருந்திவிட்டு, கடைக்காரன் மீதிக் காசுக்குக் கொடுத்த இரண்டு நீல நிற மிட்டாயை எடுத்துக்கொண்டு துணி மாற்றும் அறையை நோக்கி நடந்தார். கொஞ்சம் தெம்பாய் இருந்தது.

அறை போன்ற இடத்தில் ஒரு ஆள்தான் உள்ளே நிற்க முடியும். கஷ்டப்பட்டு வேண்டுமானால் காலை நீட்டாமல் உட்கார முடியும்.

சுருட்டி வைத்திருந்த காகிதத்தைப் பிரித்து துணிகளை முகர்ந்து பார்த்தார். மீனைக் கழுவிய தண்ணீரின் வாசம். கால்சட்டையை மெதுவாகப் போடத் தொடங்கினார். அது கிழவரின் இடுப்பை விட இரண்டு மடங்கு பெரிதாக இருந்தது. தடுமாறி இரண்டாவது காலையும் உள்ளே நுழைத்தார். பெரிய கிணற்றில் விட்ட வாளிபோல் சூம்பிய காலில் தளதளவென ஆடியபோது, அந்தக் கால்சட்டையுடன் இணைத்திருந்த பெல்ட் அதை முறுக்கிக்கட்ட உறுதுணை புரிந்தது. பின்னர் தான் கொண்டுவந்த சட்டையைப் போட்டார். அதில் வயிற்றுப் பாகத்தில் பொத்தானும் இல்லை. தொளதொளவென இருந்த சட்டையைக் கால்சட்டையின் உள்ளே நுழைத்தார். தொப்பி தலையைவிடப் பெருசாக இருந்தது. அந்தச் சுவரில் மாட்டியிருந்த விசில், ஒரு கைத்தடி மற்றும் ஹோட்டல் என்ற தட்டியையும் எடுத்துக்கொண்டு வெளியே வந்தார். ஷு போட மறந்தது ஞாபகம் வந்தது. அதை எடுத்துக்கொண்டு வாசலில் உட்கார்ந்தார். அவரதுபரந்து விரிந்த காலைவிட அது சிறியதாகவே இருந்தது. உள்ளே நுழையவேயில்லை. மிகவும் சிரமத்துடன் மீண்டும் முயற்சித்து நோக்கினார். அதில் போட்டிருந்த முடிச்சையும் அவிழ்க்க முடியாது போல. பல சிரமங்களுக்குப் பின் ஒருவழியாக அது காலுக்குள் சென்றது.

நடக்க முடியாமல் நடந்து ஹோட்டலின் முன் வந்து முன்னால் இருந்த கேஷியரிடம் கண்ணாடி வழியாகப் பார்த்து வணக்கம் வைத்தார். கேஷியர் யாரோ ஒருவனை அனுப்பினார். அவன் அருகில் வந்து 'நேற்று ஏன் வரவில்லை?' என்று கேட்டான். 'உங்க ஓனர் ஃபோன் பண்ணினாலும் எடுக்கல' என்று கொஞ்சம் கோபமாகக் கேட்டுவிட்டுச் சென்றான். கிழவர்ஹோட்டல் என்ற தட்டியை எடுத்துக்கொண்டு ரோட்டின் ஓரத்தில் போய் நின்றார். தட்டியை மேலும் கீழுமாய் அசைத்தபடியே இருந்தார்.

●

மொபைல் சிணுங்கியது. கடன் கேட்டவன் 'டேய்..! எங்க இருக்க? மழை வேற அடிச்சு துவைக்குது, எப்போ வருவ? சீக்கிரம் வாடா, ஷிஃப்ட் முடிச்சு நேரம் நெறைய ஆகுது.' 'கொஞ்சம் நின்னுச்சுன்னா உடனே டூ மினிட்ஸ்ல வந்துடறேன் மச்சி...' என்றவாறே ஏ.டி.எம் அறையில் இருந்து வெளியே வந்தான்.

நாளைக்கு தீபாவளி. இந்த வருட தீபாவளி நமத்துப் போய்விடும் போல. மழை மீண்டும் காற்றினால் சரிவாய் இவன் நிற்கும் இடத்தை

நனைக்கத் தொடங்கியது. மீண்டும் உள்ளே நுழைந்தான். ‘மழ இந்த அடி அடிக்குது.’ கிழவர், ‘ம்ம்...’ என்று முனகினார். இவன் முகத்தை நோக்காமல், ‘இன்னைக்கு பூரா இப்படி அடிச்சுகிட்டே இருந்தா ஊருக்கு எவனும் போகமுடியாது. தீபாவளி சென்னையிலதான் கொண்டாடணும்.’ கிழவர் இவன் முகத்தை நோக்கி மெதுவாக ‘ஆமா..!’ என்றார். கிழவரின் உடல் நடுங்கத் தொடங்கியிருந்தது தெரிந்தது. ‘அந்த ஏ.சி.யை ஆஃப் பண்ண வேண்டியதுதானே...’ ‘இல்ல... நான் இப்போதான் இங்க வந்தேன். அதுவுமில்லாம ஆஃப் பண்ணக்கூடாதுன்னு வேற சொல்லியிருக்காங்க.’

‘ஊருக்கு கிளம்பல்லியா? எந்த ஊரு?’ என கேட்டான் கிழவரிடம். ‘வந்தவாசி,’ மழையை நோக்கியபடி, ‘ஊருக்கு போகல்ல...’ என்றார். இவனுக்கு ஏன் என்று கேட்க ஆர்வம் பீறிட்டது. ஆனால் கிழவர் பேச விரும்பவில்லை எனத் தோன்றியதால் அமைதியாகிவிட்டான்.

●

கடையில் கார்கள் அதிகமாக வருவதும் போவதுமாக இருந்ததால் கிழவர் விரைவிலேயே களைத்துப்போனார். நேரம் இரவு பதினொன்றைத் தாண்டியிருந்தது. கண்ணாடி வழியே ஒருவன் கோழியின் தொடையைப் பிய்த்திழுப்பது வெளியிலிருந்தே தெரிந்தது. பசி காதை அடைத்தது. நேரம் போகப்போக வண்டிகள் குறைந்ததால் கடையைச் சுத்தப்படுத்தும் பணி நடந்தது. நேரம் பன்னிரண்டரையைக் கடந்திருக்கும். கொஞ்ச நேரம் யோசித்துவிட்டு மெதுவாகக் கண்ணாடிக் கதவைத் திறந்து உள்ளே சென்றார்கிழவர்.

நடத்துநர்போல நின்றிருந்த வெள்ளைச் சட்டைக்காரரிடம், ‘சார்...! சாப்பாடு ஏதாவது கொஞ்சம் இருக்குமா?’ ‘செக்யூரிட்டிக்கு இங்க சாப்பாடு கிடையாதே, நாங்க அப்படி கொடுக்கறதும் இல்லையே...’ என்றவாறு துடைப்பவனிடம் ஏதோ சொல்ல, போனவர் திரும்பி, ‘ஒரு நிமிஷம்’ என்று சொல்லி உள்ளே சென்று சிறிது நேரத்தில் ஒரு பொதியைக் கொண்டுவந்து கிழவரிடம் தந்தான். அதில் கொஞ்சம் ஃப்ரைட் ரைஸூம், கொஞ்சம் வெள்ளைச் சோறும் அதன் மேல் கொஞ்சமாக கிரேவியும் ஊற்றப்பட்டிருந்தது. சாப்பிட்டுவிட்டு, கைகளை துணிமாற்றும் அறையின் பக்கத்தில் இருந்த குழாயில் கழுவி, அதிலேயே கொஞ்சம் நீரை அருந்தியபின் மீண்டும் படியில் வந்தமர்ந்தார்.

நேரம் மெதுவாக வெள்ளையாகிக்கொண்டது. கண்ணை மூடப் பயம். ஏதாவது பிரச்சினை வந்தால் இந்த வேலையும் போய்விடும். மணி ஆறுக்கு மேல் ஆகியிருக்கும். எழுந்து நடந்தார். கால்

கணுக்காலில் சுள்ளென வலி. தோல் கிழிந்திருப்பது தெரிந்தது. கணுக்கால் வீங்கியும் இருந்தது. ஷூவைக் கழற்றவே பிரயத்தனப் பட்டார். பெருவிரலின் ஓரம் உராய்ந்து நீர் வடிந்தது. சிறு விரலிலும் வண்டு கடித்ததைப் போன்று வீக்கமாக, மறுநாள் மதியம் மீண்டும் பழையதுபோல் தட்டியைத் தூக்கி நின்றார். நேற்றுபோல் அதிக கார்கள் வரவில்லை. எட்டு மணியைத் தாண்டிய பின்தான் ஒன்றிரண்டு வாகனங்கள் வரத்தொடங்கின.

திடீர் என வண்டிகளை திசைகாட்டி ஒதுக்கும்போது பின்பக்கம் அரண் கம்பியில் ஒரு பெரிய கருப்பு நிறக் கார் பலமாக மோதியது. படாரென்று வாயிலைத் திறந்து வந்த இளைஞன், ‘தேவுடியா பயலே... விசில் என்ன மயித்துக்கு வச்சிருக்க, ஊத மாட்டியா...’ என்று கத்தினான். கிழவர், ‘இல்ல சார்... நான் ஊதினேன்...’ என்றார். ‘நான் செவிடனா தாயளி’ என்று உறுமினான். கிழவர் கொஞ்சம் சத்தமாக மீண்டும் ‘ஊதினேன்’ என்றதும் காரைப் பார்த்து நின்றவன் வேகமாகக் கோபத்தில் சட்டென ஓங்கி மிதித்தான். ‘மயிரு நியாயம் வேற பேசறியா?’ காரில் இருந்து இன்னொருவன் இறங்கி வந்து தடுமாறி எழப்போன கிழவரின் தலையில் ஓங்கி ஒரு உதை விட்டான். கிழவர் தலைகுப்புற மண்ணில் விழுந்தார். மீண்டும் வசைமாரிப் பொழிந்துகொண்டே இருவரும் மிதிக்க வரும்போது யாரோ தடுத்துவிட்டனர். இளைஞர்கள் தடுமாறிக்கொண்டே வண்டியை எடுத்துச் சென்றனர்.

மறுநாள் அங்கு வேண்டாம் என்று சொன்னதாய்ச் சொல்லி மிலிட்டரிக்காரனின் சகா கிழவரைக் கூட்டிச்சென்று ஒரு பெரிய குடோனில் காவல் காக்கச் சொன்னான். அங்கு இதேபோல் வேறொரு கிழவரும் இருந்தார். இருவரும் நெடுநேரம் பேசவேயில்லை. அங்கு ஒன்பது முதல்தான் டூட்டி. அந்தக் கிழவர் இரண்டு டூட்டி சேர்த்து பார்க்கிறார் போலும்.

இரவுணவு நேரத்தில்தான் அந்தக் கிழவர் இந்தக் கிழவருக்குச் சாப்பாட்டைக் கொஞ்சம் பங்கு கொடுத்தார். மறுநாள் காலைவரை அவர்கள் பேசிக்கொண்டே இருந்தனர். பணம், காமம், காதல், மரணம், மக்கள், மனைவி, பேரன்கள், விவசாயம், மழையின்மை, சண்டைகள், பட்ட அசிங்கங்கள், விரக்தி மற்றும் சென்னை வந்தடைய பட்ட வேதனைகள் வரை ஒரு கதைசொல்லிபோல் மாறி மாறி சிரிக்காமல், அழாமல், யோசிக்காமல், பேசினர். அன்பு காட்டும் நல்லவர்கள் நெடுநாள் நம்முடன் இருப்பதைவிட ஆத்மார்த்தமான சிநேகத்துடன் ஒருநாள் நம்முடன் இருந்தாலே நம் மனம் அவர்களை

வாழ்நாள் எல்லாம், மீண்டும் அவர்களைக் காணாவிடினும், அந்த நினைவுகளுடன் வாழும். அதுவும் இந்த வயசுக் காலத்தில் ஒரு அனுசரணையான வார்த்தையே போதும்.

காலையில்தான் இந்தக் கிழவருக்குத் தெரிந்தது, அங்கு கக்கூஸ் இல்லையென்று; அது ஆளே இல்லாத குடோன் என்பதும், பகலில் வண்டி வந்து சாமான்களைக் கொண்டுசெல்லும் என்பதும். கிழவரின் வயறு கலங்கத் தொடங்கியது. அந்தக் கிழவர் அரை கிலோமீட்டர் நடந்து சென்று ஒரு சிறு மறைவான சாக்கடை ஓரம் போகச் சொன்னார். கிழவர் அங்கே சென்று அமர்ந்துவிட்டு சாக்கடையில் கொஞ்சம் தெளிந்து ஓடும் இடத்தில் கழுவிவிட்டு மீண்டும் திரும்பினார். அங்கு சுமார் ஒரு வாரம் காவல் காத்துவிட்டு நேற்று இரவுதான் இந்த ஏ.டி.எம் முன் நிற்கச் சொன்னார்கள்.

நேற்று முன்தினம் அந்தக் கிழவர் வேலைக்கு வரவில்லை. மதியம் சாப்பிட இருந்த நேரம், ஒரு மூன்று வாய்தான் சாப்பாடு போயிருக்கும், முதலாளி வந்துவிட்டார். அப்படியே போட்டுவிட்டுப் போய்க் கதவைத் திறந்து அவர் போவது வரை சுமார் அரைமணிநேரம் கூட இருந்துவிட்டுத் திரும்பி வந்து பார்த்தால், நாய் தின்று ஏப்பம் விட்டுக்கொண்டு நின்றிருந்தது. நேற்று பகல் மொத்தம் ஒரு டீ, இரண்டு வாழைப் பழம் ஒரு கட்டு பீடியுடன் கழிந்தது.

●

மழை கொஞ்சம் வெளியே குறையத் தொடங்கியது. கிழவர் இயந்திரத்தின் ஓரத்தில் ஒதுக்கிவைத்திருந்த ஒரு மஞ்சள் பையில் இருந்து ஒரு பீடியை எடுத்துக்கொண்டு வெளியே வந்தார். மழை முற்றாய் நின்றது. இவன் வாகனத்தை எடுத்து ஆபீஸ் நோக்கிப் புறப்பட்டான். கிழவரின் நினைவு, புகையுடன் குடோனில் வேலை பார்க்கும் கிழவரை நினைத்தது. எந்த எதிர்பார்ப்பும் இல்லாத அன்பால், எந்தப் பொறாமையும் இல்லாத இயலாமையினால் பேசிக் கொண்டிருந்த நாட்கள், கடைசிவரை இருவரும் பெயர்களைக் கேட்டுக்கொள்ளாமல்.

ஆபீஸை அடைந்தவன் நண்பனைக் கண்டு காசைக் கொடுத்துவிட்டு தீபாவளி வாழ்த்தை அனைவரிடமும் சொல்லி, சிரிப்புடன் மதியம் ஒரு மணி வரை கடத்தினான். மீண்டும் வெளியே மழை பேய்போல் இடியின் சத்தத்துடன் பக்கத்தில் நிற்பவரைக் கூடப் பார்க்க முடியாத அளவு பெய்து முடித்திருந்தது. அரைநாள் விடுப்பு சொல்லிவிட்டு வீட்டுக்குக் கிளம்பினான்.

பணம் எடுத்த ஏ.டி.எம் இருக்கும் இடத்தைத் தாண்டி ஒரு நூறு மீட்டர் தூரத்தில் பத்திருபது பேர் நின்றிருந்தனர். ஒரு போலீஸ் வாகனம் மற்றும் ஒரு கார் ஓரத்தில் நின்றது. கடந்து செல்லும்போது ஒரு நொடி கீழே பார்த்தான். அதே கிழவர் தலையிலும் மூக்கிலும் ரத்தம் ஓடிய அடையாளங்களுடன். மழை நீரிலும் ரத்தம் கொஞ்ச தூரம் ஓடியுள்ளது. கையில் இருந்த குஸ்கா சிதறியும் கை கெட்டியாக கவரைப் பிடித்தபடியே படுத்திருந்தார். இவனது வண்டி நேராகச் சென்றது.

# பிட்டு

அபுல்கலாம் ஆசாத்

அடுக்குமாடிக் குடியிருப்பில் சாலையை நோக்கிய பலகணியில் நின்று அவர் குன்றத்தூர் சாலையின் போக்குவரத்து நெரிசலைப் பார்த்துக்கொண்டிருந்தார்.

பெரியபனிச்சேரி, கெருகம்பாக்கம், கோவூர் என குன்றத்தூர் வரையில் அனைத்துக் கிளைச்சாலை களிலும் குடியிருப்புப் பகுதிகள் முளைத்து இந்தச் சாலை கொஞ்சம்கொஞ்சமாகத் தன் அமைதியை இழந்த ஒவ்வொரு பருவத்தையும் அவர் பார்த்திருக்கிறார்.

தூரத்தில் தேநீரகத்துக்கும் வன்பொருளகத்துக்கும் இடையிலிருந்த பகுதியில் ஒரு சுவரொட்டி ஒட்டப் பட்டிருந்தது.

இப்பொழுதெல்லாம் சுவரொட்டிகள் அழகாகவே இருக்கின்றன. தொழில்நுட்பத்தால் படங்களும் எழுத்துகளும் வண்ணக்கலவையில் ஈர்க்கின்றன. வடிவமைப்பும் முன்னேறியிருக்கின்றது. முகங்களை வரிசையாக ஒன்றன் பின் ஒன்றாக வைப்பதா கட்டும், பாதி முகங்களை வெட்டி அடுக்குவதா கட்டும், சண்டைச் சேவல்கள்போல முகத்தைச் சிலுப்பிக்கொண்டு கதாநாயகனும் வில்லனும் முறைப்பதாகட்டும், நெற்றியில் திலகமிட்டு நீறால் கீற்றிட்டு முடிக்கற்றைகள் அதன் மேல் விழுந்திருக்க ஓரக்கண்ணால் புன்னகைக்கும்

கதாநாயகியாகட்டும், களியாட்டப் பாடல்களின் ஆடைக்குறைப்பு அவதிகளாகட்டும், அனைத்தும் சரியான விகிதத்தில் அமைக்கப் படுகின்றன.

முன்பெல்லாம் இப்படியில்லை. முன்னணிக் கதாநாயகர்களுக்கும் படங்களை வெட்டி நோட்டுப்புத்தகத்தில் ஒட்டி வைத்தது போலதான் சில சுவரொட்டிகள் இருந்தன. அதிலும் அந்தக்காலத்தில் 'அந்த' மாதிரியான திரைப்படங்களுக்கான சுவரொட்டிகளென்றால் கேட்கத் தேவையில்லை. அது தனியான வடிவமைப்பு.

சுவரொட்டியின் நடுப்பகுதியில் ஒரு பெண் குளித்துக்கொண்டிருப்பார். வலப்பக்கத்தில் இன்னொரு பெண் ஓவியனுக்கு முன்னால் நிற்க, இடப்பக்கத்தில் மற்றொரு பெண் நீச்சல் குளத்திலிருந்து தண்ணீர் சொட்டச்சொட்ட வெளியேறுவார். இந்தப் பெண்களே மாறிமாறி 'அந்த' மாதிரியான படங்களின் எல்லாச் சுவரொட்டிகளிலும் இருப்பது போலத் தோன்றும். லித்தோ அச்சகத்தார்கள் படத்தின் பெயரையும் தேதியையும் மட்டுமே மாற்றிமாற்றி அச்சடிக்கிறார்களோ என்றும் சந்தேகம் வரும்.

இப்பொழுதெல்லாம் 'அந்த' மாதிரியான படங்களுக்கான சுவரொட்டிகள் இந்தப் பகுதியில் காணக் கிடைப்பதில்லை.

●

அது அவர் சவூதியிலிருந்து வேலையை முடித்துக்கொண்டு ஒருவழியாக இந்தியாவுக்கு வந்துவிடுவதற்கான முதற்கட்ட ஆயத்தங்களில் ஈடுபட்டு, இருக்கின்ற முதலீடுகளைப் பணமாக்குவதும், புதிய முதலீடுகள் செய்வதுமாக சார்பதிவாளர் அலுவலகத்துக்கும் வங்கிக்குமாக அலைந்துகொண்டிருந்த நேரம்.

வரைபடம் காற்றில் படபடக்க, வாரப் பத்திரிகையின் மேல் அதனை அழுத்தி சுட்டுவிரலால் வட்டமிட்டுக் காட்டினார்.

'இந்த நாலும் ஜீ. கார்னர். இன்னும் புக்கிங் ஆகலல்ல. இந்த பேமெண்ட்டுக்கும் என்.ஆர்.ஐ. செக்தான். ஓக்கேதான? ரெண்டு செக்கா குடுத்துர்றேன். பேரும் அட்ரஸூம் உங்களுக்கு தெரியாதா, அதேதான். வயச மட்டும் கூட்டிக்கங்க. அரௌண்ட் ஃபிஃப்டின்னு போட்டுக்கங்க.' சிரித்துக்கொண்டே சொன்னார்.

'பாப்பா பேர்ல டாகுமெண்ட்டு போடச் சொல்லுவீங்கன்னு நெனச்சேன்.'

'சவூதி வேலைய முடிச்சுக்கிட்டு வந்த பின்ன பாத்துக்கலாம்.'

'இப்படிதான் அஞ்சு வருஷமா சொல்லிக்கிட்டிருக்கீங்க...'

நில விற்பனையாளரும் அவரும் சிரித்துக்கொண்டே மேட்டுப் பகுதிக்கு வந்து வண்டியில் ஏறும்போது ‘அந்த’ மாதிரியான திரைப்படம் ஒன்றின் சுவரொட்டியைப் பார்த்தார். சுவரொட்டியின் நடுவில் அதே பெண் குளித்துக்கொண்டிருந்தார்.

‘என்ன இங்கயுமா?’

‘இல்லாமலா? கூட்டமே வர்றதில்லை. சிட்டிக்குள்ளாற எத்தினியோ தியேட்டருங்க காம்ப்ளெக்ஸாகிருச்சு. இப்படி எதுனா அப்பப்ப ஓட்டுனாதான் கூட்டம். இல்லைன்னா புதுப்படம் கொணாரணும். அவங்களுக்கு கட்டுப்படியாகாது.’

‘அது சரி. இது எங்க இருக்கு?’

‘டெர்மினஸுக்கு அப்பால. உள்ள போவணும்.’

உரையாடலின் கடைசி வரி தேவைக்கும் அதிகமாக மனதில் பதிந்தது.

இது காலையில் நடந்தது.

மாலையில் வெளியே புறப்பட்டார். இருப்பதில் ஆகப் பழைய சட்டையை எடுத்துப் போட்டுக்கொண்டார். கவனமாகக் கைக்கடிகாரத்தைத் தவிர்த்தார். கைபேசியை அமைதிப்படுத்தினார். ஒரு ரூபாய், இரண்டு ரூபாய், ஐந்து ரூபாய் சில்லறைகளாகக் கொஞ்சம் எடுத்துக்கொண்டார். பத்து ரூபாய் சில்லறைகளாக இருநூறு முந்நூறு எடுத்துத் தனியாகச் சட்டைப்பையில் வைத்துக் கொண்டார். எங்கும் நூறு ரூபாயை நீட்டிவிடக்கூடாது.

பேருந்து நிறுத்தத்திற்குச் சென்று சிறிது நேரம் நின்றிருந்தார். கழுத்தில் வியர்த்தது. வந்துபோன பேருந்துகளின் பெயர்ப்பலகையைப் படித்துப் படித்து அந்தப் பகுதிக்குச் செல்லும் பேருந்துகளே வராத எரிச்சலில் ஒரு ஆட்டோவைப் பிடித்து புறநகர்ப் பாதையின் துவக்கம் வரையில் சென்றார். இறங்கி, பணத்தை வெளியே எடுக்காமல் சட்டைப்பைக்குள் விரலை விட்டு ஓட்டுநர் கேட்ட எழுபது ரூபாய்க்கு ஏழு பத்து ரூபாய்த் தாள்களை எண்ணி சரியாக உருவி எடுத்துக் கொடுத்துவிட்டுப் பக்கத்தில் இருந்த தேநீர்க் கடைக்குச் சென்று தேநீரை வாங்கிக் குடித்துக்கொண்டே புறநகருக்கு உள்ளே செல்லும் சாலையின் போக்குவரத்தைப் பார்த்தார்.

ஷேர் ஆட்டோக்கள் அவர்களுக்கான அடையாளங்களுடன் செல்லுமிடங்களைக் கூவிக்கொண்டிருந்தார்கள். இன்னும் ஒருவர் இன்னும் ஒருவர் என்று பயணிகளை அடைத்துக்கொண்டிருந்தார்கள்.

இதில்தான் ஏறவேண்டும். இறங்குமிடத்தை எப்படிச் சொல்வது? டெர்மினஸ்.

'டெர்மினஸ் போவுமா?'

'கட்சீல எறங்கு சார். நான் வண்டிய திருப்பிடுவேன். நீ உள்ளாற நடந்துபோய் ரைட்ல கட் பண்ணா பஸ்ஸுங்க நிக்கும். வொக்கார் சார். இன்னும் ஓர் டிக்கெட் இன்னும் ஓர் டிக்கெட்.'

உள்ளிருந்த நான்கைந்து பேருடன் அவரும் தன்னை இறுக்கிக் கொண்டார். அவர்கள் யாருக்கும் அவரைத் தெரியாதென்பதில் அவருக்கு நிம்மதி. ஆட்டோ தடதடவென புறப்பட்டது. வழியில் ஒவ்வொருவராக இறங்கி முன்னே வந்து ஓட்டுநரிடம் சில்லறையைக் கொடுத்துவிட்டுச் சென்றார்கள். பெட்ரோல் பம்ப்பைத் தாண்டியதும் பச்சைப்பசேல் விளைநிலங்கள் கடந்து சென்றன. தூரத்தில் கிணற்றுச் சுவரில் 'பாதாளக்கொலுசு வாடகைக்குக் கிடைக்கும்' என எழுதியிருந்தார்கள். கடைசியாக அங்கும் ஒருவர் இறங்கிக்கொண்டார். வண்டியில் இப்போது அவரும் ஓட்டுநரும் மட்டுமே இருந்தார்கள்.

'சார் உனுக்காக ஜங்ஷன் வெரிக்கும் போவ்ணும். ஜங்ஷன்ல உள்ளாற எங்க போவ்ணும் சொல்லு சார். டொண்ட்டி ருப்பீஸ் எஸ்ட்ரா குடு, உள்ளாற போயி வுட்டு வந்து அப்பாலிக்கா டிக்கெட் போட்டுக்கரன்.'

'உள்ள போகணும். கடைக்கு பக்கத்துல ஒருத்தரப் பாக்கணும். எதோ தியேட்டருக்கு பக்கத்துல கடைன்னாங்க.'

'ஒரு தேட்டர்தான் இருக்கு. தேட்டராண்ட வுட்ரவா... எஸ்ட்ரா டென் ருப்பீஸ் குடு சார்.'

'இல்லப்பா ஜங்ஷன்லயே விட்ரு.'

ஜங்ஷனில் இறங்கியபோது எதிரில் அதே சுவரொட்டி. ஆனால், நான்கைந்து எண்ணிக்கை சேர்த்து பக்கத்துப் பக்கத்தில் இடைவெளியில்லாமல் ஒட்டியிருந்தார்கள்.

முதலில் டெர்மினஸ் எங்கே என்று கேட்டு நடந்தார். பெரிய பெரிய கன்டெய்னர்கள் மெதுவாக ஊர்ந்துகொண்டிருக்க, மக்களெல்லாம் மிகவும் சாதாரணமாக அப்படி ஒரு வாகனம் சாலையில் இல்லையோ என்னும் நினைப்பில் அங்கும் இங்கும் சென்றுகொண்டிருந்தார்கள். மூக்கணாங்கயிறுகள் தொங்கவிடப்பட்டிருந்த கடைகள் இரண்டு மூன்று கடந்தன. நூறு வாட்ஸ் குமிழ் விளக்கில் சிவப்பும்

பச்சையுமாக வளையல் கடைகள் மின்னிக்கொண்டிருந்தன. சாலையில் வரிசையாகக் கூறுகட்டி வைத்து காய்கறிகளை விற்றுக் கொண்டிருந்தார்கள். எல்லாவற்றையும் கடந்து டெர்மினஸுக்குச் சென்றார்.

அங்கும் அதே சுவரொட்டிகள் இருந்தன.

திரையரங்கிற்கு வழி கேட்க அவருக்குக் கூச்சமாக இருந்தது. எப்படிக் கேட்பது. 'இந்த தியேட்டர் எங்க இருக்கு?' என சுவரொட்டியைக் காட்டியா கேட்க முடியும்? திரையரங்கின் பெயரைச் சொல்லிக் கேட்டாலும் ஒருமாதிரியாகப் பார்ப்பார்கள்.

'ஹார்ட்வேர்ஸ் கடை. தியேட்டருக்கு பக்கத்துலன்னாங்க.'

'இப்படியே நேராப் போயி, சிமெண்ட் ரோடு முடிஞ்சதும் ரைட்ல திரும்புனா தியேட்டரு. ஆனா, தியேட்டருக்கு பக்கத்துல ஹார்ட்வேர்ஸ் கடை எதுவும் இல்ல. எல்லா கடையும் மெய்ன்லதான்.'

'அப்படிதான் சொன்னாங்க. தேங்ஸ்.'

சந்தேகமாகப் பார்த்த உள்ளூர்வாசியை நேராகப் பார்ப்பதைத் தவிர்த்தார். சொன்ன திசையில் நடந்தார். வழி தெரிந்துவிட்டதில் அனிச்சையாக ஆசுவாசப் பெருமூச்சு வெளிப்பட்டது. சிமெண்ட் தெருவைக் கடந்து வலப்புறம் திரும்பினால், சாலையில் ஒரு திரையரங்கம் இருப்பதற்கான எந்த அடையாளமும் இல்லை. சந்தேகத்துடன் நடக்கையில் தேநீர்க் கடையில் 'எங்கிருந்தோ...ஓ... ஆசைகள்... எண்ணத்திலே...ஏ... ஓசைகள்...' பாடல் ஒலித்துக் கொண்டிருந்தது. திரையரங்கு இந்தச் சாலையில்தான் என்பதை உறுதி செய்துகொள்ளவேண்டியிருந்தது. யாரிடம் எப்படிக் கேட்பதென தெரியவில்லை.

தெருவை நோட்டமிடுவதற்கு தேநீர்க் கடைகள் வசதியானவை. இன்னொரு தேநீர்.

தெருவின் கோடி வரையில் பார்ப்பதற்காக தேநீருடன் சுவரில் சாய்வதான நடிப்பில் சாய்ந்து தெருவை முழுவதுமாகப் பார்த்தார். வரிசையாகப் பெரிய பெரிய வீடுகள் இருந்தன. சிறிது தூரத்தில் சம்பந்தமே இல்லாமல் செம்மண் சாலை வலப்பக்கமாகச் செல்வதாகத் தோன்றியது. உற்றுப் பார்த்ததில் 'அந்த' சுவரொட்டியின் பெரும் பகுதி மறைந்தும் சிறிய பகுதி வெளியிலுமாகப் பாதையின் துவக்கத்தில் தெரிந்தது. அது ஒரு வீட்டின் மதில் சுவராக இருப்பதற்கான அறிகுறிகள் எதுவும் தென்படவில்லை.

காசைக் கொடுத்துவிட்டு மதில் சுவரைக் குறிவைத்து நடந்தார். கணிப்பு தவறவில்லை. அந்தப் பகுதிக்கு சம்பந்தமே இல்லாததைப் போல செம்மண் பாதை இரண்டு பேருந்துகள் ஒரே நேரத்தில் போகக் கூடிய அகலத்துக்குச் சென்று, உள்ளே வாகனங்கள் நிறுத்தும் இடமாக இன்னும் விரிந்தது.

இரண்டடுக்கு கான்கிரீட் கட்டடமாக அந்தத் திரையரங்கம் தெரிந்தது. பெயருக்காக வாகன நிறுத்தத்தில் ஒரு குழல் விளக்கும், முகப்பில் இருந்த பெரிய தட்டியில் ஒரு குழல் விளக்கும் எரிந்து கொண்டிருந்தன. தட்டியில் அதே சுவரொட்டியில் அதே பெண் குளித்துக்கொண்டிருந்தார். அரங்கில் வேறெந்த விளக்குகளும் இல்லை.

இவர் அங்கு செல்லும்போது வாகன நிறுத்தத்தில் பரவலாக ஆட்கள் தனித்தனியாக அங்குமிங்கும் நின்றிருந்தார்கள். நிற்கும் இடத்திற்கும் தனக்கும் சிறிதும் சம்பந்தம் இல்லையென்பதை நிரூபிக்கும் விதமாக வானத்தைப் பார்ப்பதும் சுவரைப் பார்ப்பதுமாக இருந்தார்கள். அவர் நுழைந்ததும் சிலர் தலையைத் திருப்பி அவரைப் பார்த்துவிட்டு மீண்டும் முன்னம் செய்த செயலைச் செய்தார்கள். அவர் வரும்போது மட்டும் என்றில்லை, யார் உள்ளே நுழைந்தாலும் சிலர் தலையைத் திருப்பிப் பார்த்தார்கள். அவருக்கு அங்கு யாரையும் தெரியாது, அவரையும் யாருக்கும் அங்கு தெரியாது.

தன்னை யாரும் அடையாளம் கண்டுவிடக்கூடாது, தான் இங்கிருப்பது தன்னை அறிந்தவர்கள் யாருக்கும் தெரியக்கூடாது என்னும் பதைபதைப்பு பொதுவாக அங்கிருந்த அனைவரிடமும் இருந்தது. இருட்டத் தொடங்கியதும் இன்னும் சிலர் வந்து சேர்ந்துகொண்டார்கள்.

வாகன நிறுத்தத்தின் இடப்பக்கத்தில் ரூ. 20, ரூ. 10 என சிவப்பு நிறத்தில் எழுதப்பட்டிருந்த இரண்டு புறாக்கூண்டுகள் இடைவெளி விட்டு இருந்தன. யாரோ ஒருவர் அரங்கக் கட்டடத்தின் அரையிருளி லிருந்து சிறிய அலுமினியப் பெட்டியை எடுத்துக்கொண்டு புறாக்கூண்டுகளை நோக்கி வந்தார். ஆங்காங்கே நின்றிருந்தவர்கள் ரூ. 10 என எழுதியிருந்த புறாக்கூண்டை நோக்கி ஓடினார்கள். புறாக்கூண்டிலும் இப்போது விளக்கு போடப்பட்டது. இவரும் மெதுவாக நடந்து வரிசையில் நின்றுகொண்டார். பத்து ரூபாயைப் பிரித்து உருவியெடுத்து புறாக்கூண்டில் நுழைத்ததும் 'இன்னொரு பத்து குடு. டிக்கெட் இருவது ரூவா' என குரல் கேட்டது. இன்னொரு பத்தையும் கொடுத்து சீட்டு வாங்கிக்கொண்டு நிறுத்தத்திலிருந்து அரங்கை நோக்கிச் சென்றார்.

இப்பொழுது அரங்கிலும் மங்கலாக விளக்குகள் எரிந்தன. திரையரங்கையும் நிறுத்தத்தையும் பிரித்த கம்பிக் கதவைச் சுருக்கிவைத்து, ஒருவர் மட்டும் செல்வதற்கான இடைவெளிவிட்டு, அதன் முன்னே ஒரு பெரியவர் நின்று சீட்டுகளை வாங்கி பாதிச்சீட்டைக் கிழித்து எல்லோரையும் உள்ளே அனுப்பிக்கொண்டிருந்தார்.

உள்ளே சென்று கடைசி வரிசையின் மூலையில் அமர்ந்தால் ப்ளீச்சிங் பவுடரின் நெடியும் மூத்திரவாடையுமாகக் கலந்து நாசியைத் தொல்லை செய்தன. எழுந்து அடுத்த மூலைக்கு வந்து அமர்ந்து தலையைப் பின்னால் சாய்த்து, கைக்குட்டையை எடுத்து முகத்தின் மீது போட்டுக்கொண்டார். பிறகு கைக்குட்டையை எடுத்துவிட்டு அரங்கில் இருக்கும் ஒவ்வொருவரையும் நேரடியாகப் பார்க்காதது போல் நடித்து நோட்டம் விட்டார். தெரிந்தவர்கள் யாரும் இல்லை.

விசுக்விசுக்கென மின்விசிறியின் சத்தம் மட்டும் கேட்டுக்கொண்டிருந்தது. மூன்று வரிசைக்கு முன்னால் அமர்ந்திருந்த ஒருவர் சர்வசாதாரண மாக பீடியை எடுத்துப் பற்றவைத்து இழுத்துப் புகை விட்டார். அரங்கத்தில் அதிகமாக இருந்தால் நூறு பேர் அமர்ந்திருக்கலாம். முன்னே வெகுமுன்னே முதல் வரிசைக்கும் சென்று ஓரிருவர் அமர்ந்து கொண்டார்கள். பெரிதாக எதையோ பார்க்கும் எண்ணமாக இருக்கலாம்.

எந்தக் காலத்திலோ மாட்டிவைத்த சரவிளக்கு பஞ்சடைந்து நிறம் மங்கி ஏராளமான உடைசல்களுடன் இருந்தது. கண்ணாடிக்கு உள்ளே செத்து விழுந்திருந்த ஈசல்களைச் சுத்தம் செய்யாமல் அது குப்பையாகி, கறுப்பாக, ஏற்கெனவே மங்கியிருந்த சரவிளக்கை இன்னும் மங்கலாக்கியிருந்தது.

திரையென்பது அங்கு வெள்ளைத் திரையல்ல, மஞ்சள் திரைக்கும் மிகக் கீழே.

காட்சி துவங்குவதற்கான மணி அடித்தது. வெளியில் வெளியைப் பார்த்து நின்றுகொண்டிருந்த சிலரும் உள்ளே வந்தார்கள். விளக்குகள் அணைக்கப்பட்டதும் யார் எங்கே என்ன என்னும் விவரங்கள் தெரியாமல் திரைப்படம் அனைவரையும் வாங்கிக்கொண்டது. வசனம் எதுவும் சரியாகக் கேட்கவில்லை. அரங்கில் மோசமான ஒலியமைப்பு. அது குறித்து யாரும் கவலைப்பட்டதாகத் தெரியவில்லை.

திரையில் ஒருவர் மலைப்பிரதேசத்தில் வெள்ளைக் கால்சட்டையும், கட்டம் போட்ட கோட்டும் அணிந்துகொண்டு எஸ்டேட்டைப் பார்த்து வருவதாகச் சொல்லி படகுக் காரில் ஏறிப்போனார். வாசல் வரை வந்து கையசைத்த பெண் இறுக்கமான கால்சட்டை

அணிந்திருந்தார். கல்லூரிப் பேருந்தில் மாணவர்கள் உல்லாசப் பயணம் வந்தார்கள். வந்தவர்கள் ‘ஆன்ட்டீ’ என அந்தப் பெண்ணைக் கட்டிக்கொண்டார்கள். அரைமணிநேரம் போனது.

திரையரங்கில் முன்வரிசையில் அமர்ந்திருந்த யாரோ பொறுமை யிழந்து கத்தினார்கள்.

‘ஏய்! மேட்ரப் போர்ரா! மேட்ரப் போர்ரா! சொம்மா அதே ரீலப் போட்டுக்குனு.’

எல்லோரும் உடன் சேர்ந்து விசிலடித்துக் கத்தி ஆரவாரம் செய்தார்கள்.

திரையில் அந்தப் பெண், நீலநிற ஒளிச்சிதறல் பின்னால் இருக்க மொட்டைமாடியில் நின்று தூரத்தில் சுற்றுலா வந்தவர்கள் அடிக்கும் கொட்டத்தைப் பார்த்துக்கொண்டிருந்தது.

அவருக்கு இருளில் கண்கள் பழகி திரையைத் தவிர மற்றவற்றையும் பார்க்க முடிந்தது. பக்கத்தில் அமர்ந்திருப்பவர்களின் முகத்தையும் ஓரக்கண்ணால் பார்க்க முயற்சி செய்தார். தலையைத் திருப்பிப் பார்த்தால் இவர்கள் எப்படிப் பேசத் துவங்குவார்களோ தெரியாது. தலையைத் திருப்பாமல் கண்களுக்கு எட்டிய வரையிலும் எல்லாத் தலைகளையும் உற்றுப் பார்த்தார். முன் வரிசையின் ஓரத்தில் இருந்தவர்களுடைய முகத்தைப் பக்கவாட்டில் பார்க்க முடிந்தது. ஒவ்வொருவராகப் பார்த்துக்கொண்டு வந்தார். ஓரக்கண்ணால் பக்கத்தில் பார்த்ததில் கண்கள் வலிக்கத் துவங்கின. அடுத்தடுத்த பீடிப் புகையின் மணம் மூக்கில் பரவியது.

தன்னை அறிந்தவர்கள் யாரும் அரங்கில் இருக்கமாட்டார்கள், சரி. ஒருவேளை அவரைப் போலவே தெரிந்தவர்கள் யாரேனும் அரங்கிற்கு வந்திருந்தால்? காட்சி துவங்குவதற்கான மணி அடித்த பின்னர் இருளில் உள்ளே வந்திருந்தால்? பின் வரிசையில் அல்லது நான்கைந்து இருக்கைகள் தள்ளி அமர்ந்திருந்தால்? இப்பொழுது இருட்டு. எல்லோரும் எதற்காகவோ காத்திருக்கிறார்கள். ஒருவரை யொருவர் பார்க்கவில்லை. இடைவேளையில் மீண்டும் பழுப்பேறிய சரவிளக்கு எரியத் துவங்கினால்? தனக்குத் தெரிந்தவர்கள் இல்லாமல் போகட்டும். தன்னை அறிந்தவர்கள் யாரேனும் இருந்தால்? தன்னை எத்தனையோ பேர் காலையில் இந்தப் பகுதியில் பார்த்தார்கள். அவர்கள் அக்கம்பக்கத்து ஊர்க்காரர்களாக இருக்கலாம். அவர்களுள் யாரேனும் தன்னை இங்கே திரையரங்கினுள் பார்க்க நேர்ந்தால்?

இந்தக் கேள்விகள் அவருக்கு அப்போது தோன்றியிருக்கக் கூடாது.

அவர் கொஞ்சம் கொஞ்சமாக அமைதியிழக்கத் துவங்கினார்.

‘காலைல லே அவுட் பாக்க வந்த பார்ட்டி மாதிரிதான் இருந்துச்சு. அவரு எப்படி பிட்டு ஓட்ற தியேட்டருக்கு?’

இந்த ஒரு செய்தி வெளியே பேசப்பட்டால், அதற்கு எத்தனை வலிமை இருக்கும் என்ற யோசனையில், அவருக்கு உடல் குலுங்கியது.

மெதுவாக எழுந்து வரிசையில் ஒவ்வொருவரையும் கடந்து வெளியே வந்தார். அதற்காக அவர் பல கெட்டவார்த்தைகளைக் கேட்கவேண்டியிருந்தது. திரையரங்கின் முகப்புக் கூடத்தைக் கடந்தார். திரையரங்கை விட்டு வெளியே செல்வதற்கான கம்பிக் கதவு முழுதுமாக மூடப்பட்டு பூட்டு போடப்பட்டிருந்தது. வாகன நிறுத்தத்தில் நின்றிருந்த ஒரு பையன் அவரை நெருங்கிவந்து, இடைவேளையில்தான் பூட்டு திறக்கப்படும் என்றும், இன்னும் சில நிமிடங்களில் இடைவேளையென்றும் சொன்னான்.

அவர் கம்பிக் கதவின் வழியே வாகன நிறுத்தத்தைத் தாண்டி வெளியே பார்த்துக்கொண்டு காத்திருந்தார்.

இடைவேளைக்கான மணியடித்தது.

பின்னால் மக்கள் தங்களை உதிர்த்துக்கொண்டு கழிப்பறைக்குச் செல்லும் சரசரப்பு கேட்டது. அடுக்கியிருக்கும் குளிர்பானப் புட்டிகளின் மேல் சாவியை இழுத்து ஜலதரங்கம் வாசிக்கப்படும் ஓசை கேட்டது. அவர் திரும்பிப் பார்க்கவில்லை. அசையாமல் நின்றிருந்தார்.

உள்ளே செல்லும்போது சீட்டுகளை வாங்கிய பெரியவர் வந்து பூட்டைத் திறந்து கதவை இழுத்து ஒரு ஆள் செல்லும் அளவிற்கு இடைவெளி விட்டார்.

அவர் வெளியே வந்து நடக்கத் துவங்கினார்.

●

சில வருடங்களில் அந்தத் திரையரங்கமும் அடுக்குமாடிக் குடியிருப்பாக மாறிப்போனது. அந்தக் குடியிருப்பிலும் சாலையை நோக்கிய பலகணியுடன் அமைந்த ஒரு குடியிருப்பை அவர் வாங்கினார்.

# உப்பு அரசியல்

தம்பி கூர்மதியன்

ஏப்ரல் 18, 1908

சைதாப்பேட்டை அருகே ஓடிய அடையாற்றின் கரையோரம் இருந்த கீத்துக்கொட்டகையிலான அறை அது. இரவின் அமைதியில் ஆறும் போட்டி போட்டுக்கொண்டு அமைதியாகதான் இருந்தது. முண்டி அடித்து ஓடும் சலசலப்பு இல்லாமல் நிதானமாக அந்தக் கொட்டகையைப் பார்த்துக் கொண்டே ஆற்றின் தண்ணீர் கடந்து சென்று கொண்டிருந்தது. அந்தக் கொட்டகையில்தான் சிவராமனும் இக்பாலும் நின்றுகொண்டிருந்தனர்.

'கல்கத்தால இருந்து எதனா செய்தி வந்துச்சா...?' இக்பால் கேட்டுக்கொண்டே ஏதோ துணிகளைத் தைத்துக்கொண்டிருந்தான்.

'செய்தி வரல. போயிருக்கு...' சிவராமன் சொல்லி விட்டு அந்தத் துணியின் மறுபக்கம் ஏதோ செய்து கொண்டிருந்தான்.

'என்ன செய்தி...?'

'சால்ட் கோர்ட்டர்ஸ்... அதுதான் டார்கெட்...' சிவராமன் இக்பாலைக் கவனிக்காமல் சொல்லிக் கொண்டே இருந்தான். இக்பால் மெல்லியதாய் ஒரு புன்னகை செய்தான்.

ஆகஸ்டு, 1875

சுமார் முப்பது வருடங்களுக்கு முன்னர் பஞ்சாபில் இருந்து ஒரிசா வரை இரண்டாயிரத்தி ஐந்நூறு மைல்களுக்கு முள் வேலி அமைக்கப் பட்டிருந்தது. அந்த வேலியில் பாதுகாப்பிற்காக பன்னிரண்டாயிரம் பிரிட்டிஷ் காவல் படை நிறுத்தப்பட்டிருந்தது. அந்தப் படையில் ஒருவர்தான் சிவராமனின் அப்பா சண்முகம். அடிப்படை அத்தியாவசியமாகக் கருதப்படும் உப்பின் மீது அதிகபட்சமான வரியைத் திணித்ததால் பிரிட்டிஷ் அரசாங்கத்திற்குத் தெரியாமல் உப்புக் கொள்ளை நடந்துகொண்டிருந்தது. அதைத் தடுக்கவே இந்த வேலி அமைக்கப்பட்டது. இருந்தும் அங்கொன்றும் இங்கொன்று மாய்க் கொள்ளைகள் நடந்துகொண்டுதான் இருந்தன. அன்றும் அப்படிதான் ஒரு கொள்ளை.

தூரத்தில் ஒரு குதிரை வண்டியின் சத்தம் கேட்டது.

'தடக்... தடக்...' என்று கேட்ட அந்தச் சத்தம் அரைத் தூக்கத்தில் இருந்த சண்முகத்தை எழுப்பிவிட்டது. 'ஏ... யப்பா... எழுப்பே... ஏதோ சத்தம் கேக்குது...' பக்கத்தில் முழுத் தூக்கத்தில் இருந்த காவலாளியை எழுப்பினான். உள்ளே படுக்கப்போட்டிருந்த துப்பாக்கியைத் தூக்கிக்கொண்டு ஓடி வந்தார்கள் இருவரும்.

'ரா பொழுதுல வர்றான்னா களவு பயலுகளாதான் இருக்கும். சண்முகம்... ஒருத்தனையும் உட்டுப்புடாத. மருந்த கொட்டி குத்தி வச்சுக்க. சுட்டுத் தள்ளிரலாம்...' மற்றொரு காவலாளி பொடீரென்று சொல்லிவிட்டுச் சத்தம் வந்த திசையைப் பார்த்துக்கொண்டிருந்தான்.

சண்முகத்தின் கைகள் சில்லென்று ஆனது. சட்டென எடுத்துத் தன் கால்சட்டையில் தேய்த்துக்கொண்டான். திரும்பி கைகளை இன்னும் இறுக்கமாக அந்தத் துப்பாக்கியைப் பிடித்துக்கொண்டான். அந்தச் சத்தம் நெருங்கி வந்தது. அடுத்த நிமிடம்... அங்கு கிட்டதட்ட நாப்பது வண்டிகள் வரிசைகட்டி வந்தது அவனுக்குத் தெரிந்தது. கிட்டதட்ட நூறு பேர்கள் அதில் இருந்தனர். கண்ணை மூடிக்கொண்டு ஒரு வண்டியைப் பார்த்துச் சுட்டான் சண்முகம். குதிரை மிரண்டது. மீண்டும் மருந்தைப் போட்டுக் குத்தினான். வண்டியைப் பார்த்துச் சுட்டான். குதிரை கனைத்தது. வியர்வை மூக்கை மட்டுமல்லாமல் முதுகையும் நனைத்துக்கொண்டிருந்தது. மற்ற காவலாளியும் பொடீர் பொடீரென சுட்டான். குதிரை வண்டி பக்கத்தில் வந்தது.

வெளியில் எட்டிப் பார்த்தார்கள். சண்முகம் துப்பாக்கியில் மருந்தைப் போட்டுக் குத்திக்கொண்டிருந்தான். அந்த வண்டியில் முன்னால்

நின்றவன் வாய்விட்டுச் சிரித்தான். கையில் சிறிய ரகத் துப்பாக்கி ஒன்றை அவன் வைத்திருந்தான். சண்முகத்தின் நேராக நீட்டினான். சண்முகம் கண்கள் விரிந்தன.

'டமால்... டமால்...' இரண்டு குண்டு. முதலில் சண்முகம். அடுத்தது மற்றொரு காவலாளி. அங்கு இருந்த மொத்த பேரும் சிரித்தார்கள். அத்தனை வண்டிகளும் அந்த முள் வேலியைத் தாண்டி விருட்டென சென்றுகொண்டிருந்தன. சண்முகத்தின் இறுதி மூச்சு அவனுக்குப் பிறக்கப் போகும் மகனைப் பாராமலே நின்று போனது.

ஏப்ரல் 23, 1908

**எ**ன்னதான் கடத்தல்காரர்களால் தன் தந்தை கொல்லப் பட்டிருந்தாலும் அவர் இறந்ததற்கு முக்கியக் காரணம் உப்பின் மீது இருந்த வரியும், அது தவறு என்றும் அவன் மனதில் ஆழமாகப் பதிந்திருந்தது. மேலும் அவன் தந்தை இறந்த அடுத்த ஆண்டிலிருந்தே கடுமையான வறட்சி நிலவியது. முக்கியமாக மெட்ராஸ் மாகாணத்தின் முக்கிய விவசாய நிலங்கள் அனைத்தும் வறண்டு போயின. பிரிட்டிஷ் அரசாங்கம் அதைக் கட்டுக்குள் வைக்க ஏதேதோ முயற்சி செய்தாலும், இருக்கும் கொஞ்ச நஞ்சத்தையும் அவர்கள் நாட்டிற்கு கப்பல் ஏற்ற மறக்கவில்லை. சிறு வயதில் இருந்து கேட்ட கதைகளும், அவர்கள் செய்த அநீதிகளும் சிவராமன் மனதில் அழுத்தமாகப் பதிந்திருந்தன.

என்ன இருந்தாலும் அவன் தந்தை இறப்புக்குக் காரணமான உப்பு வரிக்கு எதிர்ப்பு காட்டவேண்டும் என்பது சிவராமனின் எண்ணம். சில வருடங்களுக்கு முன்னர் பெங்கால், பரோடா ஊர்களுக்கு சிவராமன் சென்றிருந்தான். ஆரோபிந்தோ அவர்களின் சொற் பொழிவுகளைக் கேட்கும் சூழல் ஏற்பட்டது. அப்படிப்பட்ட ஒரு சொற்பொழிவில் அவனுக்குக் கிடைத்த நண்பன்தான் குதிராம் போஸ். இன்னும் இருபது வயதைக் கூட நெருங்கிடாத சிறுவன் அவன். அவனுள் இருக்கும் கோபமும், விடுதலை வேட்கையும் அளப்பரியது.

அங்கு அவனுக்குக் கிடைத்த மற்றொரு நட்பு ஜதீந்திரநாத் பேனர்ஜீ. ஆரோபிந்தோவின் நெருங்கிய வட்டத்தில் இருந்த பேனர்ஜீக்கு சிவராமனின் துடிப்பான பேச்சும் சிந்தனையும் மிகவும் பிடித்திருந்தது. அனுஷிலான் சமித்தி ஒருவேளை இந்தியாவின் தெற்குப் பகுதிக்குச் செல்வதாக இருந்தால் அப்பொழுது கண்டிப்பாக சிவராமன் அதில் ஒரு பங்காக வைக்கவேண்டும் என்று பேனர்ஜீ தன் நெருங்கிய வட்டத்தில் சொல்லிக்கொண்டிருந்தார். அவர்கள் கொண்டிருந்த ரகசியப் படையில் சிவராமனும் நன்கு பயிற்சி பெற்றிருந்தான்.

இக்பால் அங்கு கன்னத்தில் கை வைத்து அமர்ந்திருந்தான். அவனோடு இன்னும் நான்கு இளவட்டங்கள். எல்லோர் கண்களும் ஒன்றாக சிவராமன் மேலே இருந்தன.

சிவராமன் விளக்கினான்.

‘இதுதான் சால்ட் கோர்ட்டர்ஸ். இங்க மிருகக் காட்சிசாலை இருக்கு... இங்க மூர் மார்க்கெட். இந்த பக்கம் பக்கிங்காம் கால்வாய். இந்த இடம். இதுக்கு மத்தியில இருக்கற இந்த இடத்துலதான் சால்ட் கோர்ட்டர்ஸ் இருக்கு. இங்க இருந்துதான் நாம உப்ப எடுக்கப் போறோம்...’ சிவராமன் சொல்லிவிட்டு இக்பாலைப் பார்த்தான்.

‘சரி... எடுக்கலாம். எப்படி...?’ இக்பால் கேட்டான்.

‘சால்ட் கோர்ட்டர்ஸ் சுத்தி எப்போதும் பாதுகாப்பு பலமாதான் இருக்கும். சுத்தி வீடுங்க கிடையாது. அந்த பக்கம் மிருகங்கள் பார்க்... இந்த பக்கம் மூர் மார்க்கெட். இன்னொரு பக்கம் வாய்க்கால்... இதுல பார்க் பக்கம் நாம போறது ரிஸ்க். மிருகங்கள் மிரளலாம். அதனால நமக்கு பாதிப்பு வரலாம். நேர் வழியாவும் போக முடியாது. மூர் மார்க்கெட் வழியா போகலாம். ஆனா வேணாம்... கஷ்டம்... பக்கிங்காம் வாய்க்கா வழியாதான் போகப் போறோம்...’

‘வாய்க்கா வழியா எப்படி...’ இக்பால் இன்னும் உன்னிப்பாகக் கேட்டான்.

‘நாளைக்கு பொழுது சாயற நேரம் ட்ராம் வழியா செட்டியார் பேட்டைக்கு போவோம். அங்க இருந்து பாரி படகு துறை ஆளுகிட்ட சொல்லி வச்சிருக்கேன். அவன் நம்மள சென்ட்ரல் ரயில்வே ஸ்டேஷன் பக்கம் விட்டிருவான். அங்க பங்கிங்காம் கால்வாய் சேருற இடத்துல இருந்து நாம நீந்தி போகணும்... கொஞ்சம் உள்நீச்சலாதான் போகணும்.’

‘கால்வாய் பக்கம் யாரும் இருக்கமாட்டாங்களா?’

‘ஒருவாரம் நோட்டமிட்டுட்டேன். யாரும் இல்ல... அதும் இல்லாம பின்னாடி ஒரு வழி இருக்கு. அந்த பக்கம் யாரும் வர்றது இல்ல...’

‘ஏ... ஒரு நிமிசம். நாம நீந்தி போறோம் சரி. உப்பு மூட்டைய எப்படி தூக்கிட்டு வர்றது?’ இக்பால் கேட்டான்.

‘அதுக்கு என்கிட்ட ஒரு திட்டம் இருக்கு. மூர் மார்க்கெட் பக்கம் போறதுக்கு வேணாம்னு சொன்னேன்ல... அந்த பக்கம்தான் நாம வரப் போறோம்.’

‘எப்படி?’

‘இக்பால் இன்னும் ரெண்டு பேர் சேர்ந்து உள்ள ஒரு வண்டி இருக்கும். கோர்ட்டர்ஸ் உள்ள இருக்கற சாக்கு மூட்டைய வெளிய கொண்டுவர வச்சிருக்கற தள்ளு வண்டி அது. அந்த வண்டிய எடுத்துக்கோங்க. மூணு பேரும் மூர் மார்க்கெட் பக்கமா வெளிய போங்க. அங்க தமிம் அண்ணனோட கடை சாவி வாங்கி வச்சிருக்கேன். யாருக்கும் தெரியாம அங்க நிறப்பிடுங்க. இன்னும் மூணு பேரு புளியந்தோப்பு பக்கம் ஓடணும். அந்த பக்கம் இருக்கற காவலாளிங்கள திசை திருப்புறதுதான் உங்க வேலை...’ சிவராமன் சொல்லிவிட்டு மற்றவர்களைப் பார்த்தான்.

‘யோசனை சரிதான். குவாட்டர்ஸ் விட்டு வெளிய போறது எப்படி...’ இக்பால் கேட்டான்.

‘அத... நான் பாத்துக்கறேன்...’ சிவராமன் சொல்லிவிட்டு உன்னிப்பாக அவன் வரைந்த திட்டத்தைப் பார்த்தான்.

‘எப்படி தனியாவா...? நான் விடமாட்டேன்...’ இக்பால் சொன்னான். சிவராமன் முறைத்தான்.

‘என்ன மட்டுமாச்சும் சேத்துக்கடா...’ இக்பால் கெஞ்சினான். சிவராமன் இன்னும் முறைத்தான். வேறு வழியில்லாமல் இக்பாலும் ஒப்புக் கொண்டான். அனைவரும் திட்டத்தில் சரியாக இருக்கிறார்களா என்பதைக் கேட்டுக்கொண்டான்.

‘இந்த திட்டம் சரியா முடிஞ்சா இதுவரை அமைதியாக அடிபணிந்து போகிற நம் மெட்ராஸ் மாகாண மக்களும் கொதித்து எழுவாங்க. அவன எதிர்க்க முடியும்னு நம்பிக்கை பிறக்கும்... அதுக்காக நாம இத பண்ணியே ஆகணும்...’ சிவராமன் சொன்னான்.

‘நம் உரிமை. நம் தேசம்...’ அங்கிருந்த அத்தனை பேரும் ஒற்றைக் குரலில் ஆங்காரமாய்க் கத்தினர். அவர்கள் கண்களில் தீப்பொறி தெரிந்தது.

அன்று இரவு அவனுக்குச் செய்தி வந்தது.

குதிராம் போஸ் மற்றும் சக்கி இருவரும் மாதக் கடைசியில் பீஹாரில் உள்ள முசாப்பூரின் நீதிபதி கிங்ஸ்போர்டைக் கொல்லப்போவதான செய்தி அது. அந்தச் செய்தியைப் பார்த்ததில் இருந்து அவன் இன்னும் யோசித்துக்கொண்டிருந்தான்.

அந்தச் செய்தியோடு சால்ட் குவாட்டர்ஸ் திட்டத்திற்கான ஆள் பலம் தேவைப்படுகிறதா என்பதையும் கேட்டிருந்தார்கள். சிவராமன் அந்தக் கேள்விக்கு பதில் அனுப்பவில்லை. முசாப்பூர் தாக்குதலுக்கு மட்டும் வாழ்த்து அனுப்பியிருந்தான்.

ஏப்ரல் 24, 1908

அன்று இரவு. அவர்கள் திட்டப்படி டிராமில் ஏறி, செட்டியார் பேட்டை வந்தார்கள். அங்கிருந்து கூவம் படகில் சென்ட்ரல். அங்கிருந்து பக்கிங்காம் கால்வாயில் நீந்திப் பயணம். கரை ஏறி உட்கார்ந்தார்கள்.

சிவராமன் சொன்னதுபோல அங்கு பின்னால் ஒரு வழி இருந்தது. அவர்கள் உள்ளே சென்றார்கள். உப்புக் கிடங்கைச் சுற்றி அங்குமிங்கும் காவலாளிகள் சுற்றிக்கொண்டிருந்தார்கள். இவர்கள் மறைந்து நின்றார்கள். திடீரெனக் காவலாளிகள் கூட்டம் பரபரப்பானது. இக்பால் சிவராமனைக் கொஞ்சம் கலவரமான கண்களோடு பார்த்தான்.

'ராபர்ட்டு வந்திருக்காராம்டா. எல்லோரையும் அவரோட அறைக்கு கூப்பிடுறாரு...' ஒரு காவலாளி இவர்களைக் கடக்கும்பொழுது சொல்லிக்கொண்டே சென்றான். சிவராமன் சமிக்ஞை செய்தான். அவனுடன் வந்தவர்கள் பரபரப்பானார்கள். கிடங்கில் இருந்து ஒவ்வொரு மூட்டையாக கிட்டதட்ட நாப்பது மூட்டைகளை வண்டியில் ஏற்றினார்கள். ராபர்ட்டின் அறையில் இருந்து சலசலப்பு கேட்டது. பூட்ஸ் கால்கள் ஒருமித்த வேகத்தில் தொம்மென அடிக்க கேட்டது.

'திட்டம் தெரியும்தானே... எல்லாம் தயார்தானே. இக்பால்... மூர் மார்க்கெட் பக்கம். நீங்கள் புளியந்தோப்பு பக்கம்...' சொல்லிவிட்டுக் கை காண்பித்தான். அவன் மட்டும் முன்னால் ஓடினான்.

'சிவராமா...' இக்பால் கையைப் பிடித்தான்.

'என்ன வேண்டுமாயின் ஆகலாம். இங்க இருக்கற ஒவ்வொரு உயிருக்கும் சுதந்திரம் என்னும் குறிக்கோள் மட்டும்தான். நாம அதுக்காகதான் வந்திருக்கோம். உயிர் நமக்கு பெரிசில்ல. நான் போனாலும், நீ போனாலும், ஏன் இங்க யார் போனாலும் இந்த போராட்டம் இருக்கும். அதுக்கான இந்தக் கோபம் இருக்கும். எனக்கு முக்கியம் எல்லோர் அடிவயித்துலயும் கை வைக்கற இந்த உப்பு... உப்புக்கான வரி. அதுக்கான எதிர்ப்பு... அத நாம முன்னெடுக்கணும். நாளைக்கு நான் இல்லன்னாலும், நம்ம அத்தியாவசியத்துக்கான குரல் என்னைக்கும் எப்பவும் ஒலிக்கணும். மெட்ராஸ் மாகாணத்துல புரட்சி வரணும்... இதுதான் என் ஆசை.

புரியுதா...' கண்கள் விரிய சிவராமன் கேட்டது இக்பாலுக்கும் புடைத்துக்கொண்டது.

'சபாஷ்...' தட்டிக்கொடுத்துவிட்டு சிவராமன் பாய்ந்தோடினான். மூட்டையோடு தள்ளும் வண்டியைத் தள்ளிக்கொண்டு அவர்கள் புறப்பட்டார்கள். இருநூறு மீட்டர் சென்றிருப்பார்கள். திடீரென சில காவலர்கள் அவர்களைப் பார்த்தார்கள்.

'ஏ... ஏ...' கத்தினார்கள். சிவராமனுக்கு இரவின் அமைதியில் அந்தச் சத்தம் கேட்டது. இக்பால் கூட்டம் மாட்டிக்கொள்ளப் போகிறது. மனதினுள் நினைத்துக்கொண்டான். தன் இடுப்பு வேட்டியை உருவினான். அவன் தயாரித்திருந்த வெடிகுண்டு அது. தூக்கி வீசினான், ராபர்ட் இருந்த அறையைப் பார்த்து. 'டமார்...' ராபர்ட் உட்பட மொத்தக் கூட்டமும் சுருண்டது. ரத்த வெள்ளமாய் மிதந்தது. இக்பாலைக் கண்ட காவலர்களும், இன்ன பிறரும் சத்தம் கேட்ட இடத்தை நோக்கி ஓடி வந்தனர். குண்டு சத்தம் கேட்ட இக்பாலுக்கும் அவனது கூட்டத்தார்க்கும் ஒன்றும் புரியவில்லை.

காவலர்கள் ஒன்று கூடி ஓடி வந்தார்கள். சிவராமன் அடுத்த குண்டை எடுத்தான். தூர வீசினான். வெடிக்கவில்லை. ஏதோ பழுது... முதல் முறையாக கை உதறல் ஏற்பட்டது. துப்பாக்கிச் சூடு... சிவராமனின் தொடையில் பாய்ந்தது. அவன் காலைப் பிடித்தான். அடுத்தது, நெஞ்சில் பாய்ந்தது. பின்னால் சாய்ந்தான்.

அவன் தலைக்கு மேலே பிரிட்டிஷ் கொடி தீப்பொறி பட்டு எரிந்துகொண்டிருந்தது. உதட்டோரம் ஒற்றைச் சிரிப்பு. கண்ணை மூடினான். மூர் மார்க்கெட்டிற்குள் நுழைந்திருந்த இக்பாலும் விரக்தியில் சாய்ந்து உட்கார்ந்தனர். அனைவர் கண்களும் கலங்கியிருந்தன.

நாட்கள் ஓடின. சிவராமன் பெரிதும் எதிர்பார்த்த மற்றொரு திட்டமான குதிராம் போஸ் மற்றும் சக்கியின் தாக்குதலும் தோல்வியில் முடிந்தது. சக்கி தானே சுட்டுக்கொண்டு மரணித்தான். போஸ் தூக்கு தண்டனைக்கு ஆளாக்கப்பட்டான்.

இந்தப் பக்கம், திருடப்பட்ட உப்பை வீதிகளில் வீசினார்கள் இக்பாலும் மற்ற குழுவினரும். எழும் மக்களுக்கு வீதியில் உப்பு இருப்பது ஆச்சர்யமாக இருந்தது. பிரிட்டிஷ் அரசாங்கம் ராபர்ட்டைக் கொன்றது மட்டுமல்லாது, உப்பை வீதியில் விட்டதை அவர்களது கௌரவக் குறையாக எண்ணினர். பாதுகாப்பை அதிகரித்தனர். சட்டதிட்டம் வலுவானது. புடைத்துக்கொண்டிருந்த கோபம் முளைக்கத் தொடங்கியது. சிவராமனின் ஆசைப்படி மெட்ராஸ் மாகாணம் புரட்சிப் பாதையைப் பிடித்துக்கொண்டது.

அங்கொன்றும் இங்கொன்றுமாய் மக்கள் கொதித்து எழுந்தனர். சலவை செல்லும் ஒவ்வொரு சனத்திடமும் அந்த மக்கள் சிவராமனின் கோபத்தையும், அவன் எண்ணத்தையும் சொன்னார்கள். அது பரவலாக மக்களிஉடையே பரவியது. எதிர்த்துக் கேள்விகள் முளைத்தன. சிறைக்குச் செல்வது இளவட்டங்களுக்கு வழக்கமாகிப் போனது.

இருபத்தி மூன்று வருடங்கள் கடந்திருந்தன... காங்கிரஸ் ஒரு பலத்த எதிர்ப்பாக உருவாகிக்கொண்டிருந்த நேரம். காந்தியின் உப்புச் சத்தியாகிரகம் நடந்தது. காந்தி-எர்வின் ஒப்பந்தம் கையெழுத்தானது. ஒவ்வொரு கடையின் முன்பும் மூட்டையாக உப்பு கொட்டிவைக்கப்பட்டது. இரவோ பகலோ... அந்த மூட்டை கடைக்கு உள்ளே செல்லவில்லை. ஒவ்வொரு கடையின் முன்னும் இலவசமாக உப்பு கொட்டிவைக்கப்பட்டது. யாருக்கும்... எப்படி வேண்டுமானாலும்... எல்லா மக்களுக்கும் பொதுவானது இந்த உப்பு என்று சாட்டையடியாய்ச் செயலில் நிரூபித்தார்கள் மக்கள். சைதாப்பேட்டை அடையாறு ஆற்றோரம் சிவராமன் கடைசியாகப் போட்டிருந்த சட்டையைப் பார்த்துக்கொண்டே ஆனந்தக் கண்ணீர் விட்டான் இக்பால். என்ன இருந்தாலும், சிவராமனின் கோபத்தின் தொடக்கம் உப்புதானே.

# பாலாவிற்காக...

அரவிந்த் சச்சிதானந்தம்

பாலாவிற்கு முழுவாண்டுத் தேர்வு முடிந்ததும் என்னுடைய கைபேசியை அன்பளிப்பாகத் தருவதாகச் சொல்லியிருந்தேன். ஆனால் என்னுடைய வாக்குறுதியை என்னால் நிறைவேற்ற முடியாமல் போகும் என்று நான் நினைத்துப் பார்க்கவில்லை. உண்மையில் அவள் என்னிடம் மொபைல் ஃபோன் கேட்கவில்லை. நானேதான் தருவதாகக் கூறினேன். இன்று என்னால் அந்தச் சிறுமி ஏமாற்றம் அடைந்திருப்பாள் என்பதை நினைக்கும்போது வருத்தமாக இருக்கிறது.

தாம்பரம் பீச் ரயிலில்தான் நான் பாலாவை முதன் முதலில் சந்தித்தேன். நான் எழும்பூரில் ஏறுவேன். அவள் சேத்துப்பட்டில் ஏறுவாள். அங்கே ஒரு தொண்டு நிறுவனம் நடத்திய பள்ளியில் அவள் ஐந்தாம் வகுப்பு படித்துக் கொண்டிருந்தாள். நான் அண்ணாசாலையில் ஒரு தனியார் நிறுவனத்தில் வேலை பார்த்துக் கொண்டிருந்தேன். அலுவலகம் 5.45 மணிக்கு முடியும். 5.40 மணியிலிருந்தே பயோமெட்ரிக் சிஸ்டம் முன்பு அவுட்பஞ்ச் அடிப்பதற்காக ஒரு கூட்டம் காத்திருக்கும். சரியாக 5.45 மணிக்கு பஞ்ச் அடித்துவிட்டு வெளியே வந்து சாலையைக் கடந்து, 27 D பிடித்து எழும்பூர் வருவதற்குள் மணி மாலை ஆறரை ஆகிவிடும். அவளும் டியூஷன் முடித்துவிட்டு அதே நேரத்தில் வருவாள். நான் வழக்கமாகக் கடைசிப் பெட்டியில்

ஏறுவேன். ஜன்னல் அருகே அமர்ந்து குரோம்பேட்டை வரும் வரை மொபைலில் படம் பார்த்துக்கொண்டே வருவேன்.

‘அடுத்த ட்ரைன்ல வரக்கூடாதா?’ வாசலில் நின்றவரின் குரல் கேட்டு நிமிர்ந்தேன். ஒரு சிறுமி மூச்சிறைக்க நின்றுகொண்டிருந்தாள். ‘ஓடி வந்து ஏறியிருக்கிறாள்.’ நான் மீண்டும் மொபைலைப் பார்க்கத் தொடங்கினேன்.

என் அருகில் வந்து அமர்ந்து என் மொபைலை எட்டிப் பார்த்தாள். நான் அவளை நிமிர்ந்து பார்த்தேன்.

‘ஐ பொம்ம படம்!’ அவள் சப்தமாகவே ஆச்சர்யப்பட நான் புன்னகை புரிந்தேன்.

‘வயசுதான் ஆச்சு. இன்னும் பொம்ம படம் பாக்கறான்’ என்று என் வீட்டில் எல்லோரும் திட்டும் அளவிற்கு நான் பொம்மைப் படங்கள் பார்ப்பவன்.

‘என்ன படம்ணே?’ அவள் கேட்டாள்.

‘இன்சைட் அவுட்’ என்றேன். அவள் அதைக் காதில் வாங்கிக் கொள்ளாமல் படத்தையே பார்த்தாள்.

‘ஐ யான!’ என்றாள் மீண்டும் சப்தமாக.

அவள் ஆர்வமாக அந்தப் படத்தைப் பார்க்க, நான் படத்தை முதலிலிருந்து வைத்தேன். என் வலது காதில் சொருகியிருந்த இயர் ஃபோனை அவளிடம் கொடுத்தேன். அவள் அதை வாங்கி தன் இடது காதில் சொருகிக்கொண்டு, படத்தை ரசித்தாள். அந்த இயர் ஃபோன் அவள் காதில் பொருந்தவில்லை. கீழே விழுந்துகொண்டே இருந்தது. இரண்டு மூன்று முறை அதை எடுத்துக் காதில் வைத்துக்கொண்டவள், ஒரு கட்டத்தில், அது கீழே விழுந்ததைப் பொருட்படுத்தாமல் படத்தை ஆர்வமாகப் பார்த்தாள். நான் படம் பார்ப்பதை நிறுத்திவிட்டு அவள் குழந்தைத்தனத்தை ரசிக்கத் தொடங்கிவிட்டேன். சிறிது நேரத்தில் என்னை அறியாமல் என் மொபைல் ஃபோனை அவளிடம் கொடுத்துவிட்டேன். பல்லாவரம் வரும் வரை அவள் படத்தைப் பார்த்துக்கொண்டே வந்தாள். என்னிடம் அதிகம் பேசாமல், படத்தைப் பற்றி தனக்குத் தானே பேசிக்கொண்டும் சிரித்துக்கொண்டும் வந்தாள்.

‘எப்பவும் லேடிஸ்லதான் வருவேன். இன்னைக்கு லேட் ஆச்சுன்னு இதுல ஏறிட்டேன்’ என்றாள். ரயில் பல்லாவரத்தில் நின்றது. அவள்

இறங்குவதற்கு முன்பு, 'அண்ணே, நாளைக்கு மிச்சப் படத்த பாக்கறேன். நாளைக்கும் வருவீங்களா?' என்று ஏக்கத்துடன் கேட்டாள். நான் 'ம்...' என்றேன். இப்படிதான் நானும் பாலாவும் நண்பர்களானோம்.

பாலா பம்மலில் இருந்து வருவதாகச் சொன்னாள். தன் ஆயாவுடன் வசிப்பதாகச் சொன்னாள். மற்றபடி நான் பாலாவைப் பற்றி அதிகம் விசாரித்ததில்லை.

'சனி ஞாயிறு எப்ப போகும்னு வெயிட் பண்ணிக்கிட்டு இருந்தேன்ணே.' வழக்கமாக எல்லா திங்கக்கிழமைகளிலும் இதையே சொல்வாள். நானும் பாலாவைச் சந்திப்பதற்காகக் காத்துக்கொண்டுதான் இருப்பேன். அதை அவளிடம் சொல்லாமல், வெறும் புன்னகை மட்டும் செய்வேன். உண்மையில் ஒவ்வொரு நாளும் மாலை எப்போது வரும் என்று நான் எதிர்பார்த்துக்கொண்டுதான் இருப்பேன்.

வளரவளர பெரியவர்கள்போல் நடந்துகொள்ளவேண்டும் என்று சொல்லியே என்னையெல்லாம் வீட்டில் வளர்த்தார்கள். அப்படி வளரும்போது என்னிடம் ஏதோ ஒன்று மடிந்துகொண்டே வந்தது. அந்த ஏதோவொன்று பாலாவிடம் உயிரோடிருந்தது.

அடுத்தவர்களிடம் அதுவும் வழிப்போக்கர்களிடம் உரையாடுவதை எல்லாம் தவிர்க்கவேண்டும், குறைவாகப் பேசுவதே மெச்சூரிட்டி என்று நான் பாலாவின் வயதில் இருக்கும்போது என்னிடம் பலரும் சொல்லியிருக்கிறார்கள்.

'loose talk பண்ணாத...' பள்ளி முதல் கல்லூரி வரை ஆசிரியர்கள் இதே வசனத்தைச் சொல்வார்கள். அதனால்தானோ என்னவோ யதார்த்தமாகக் கூட நான் ட்ரெயினில் யாரிடமும் உரையாடியதில்லை. ரயிலில் சந்திப்பவர்களுடன் தேவையில்லாமல் உரையாடுவது ஏதோ கவுரவக் குறைவான செயலாக என் ஈகோ கருதியது. அமைதியாகப் புத்தகம் படித்துக்கொண்டோ, மொபைலில் படம் பார்த்துக் கொண்டோ வருவேனே ஒழிய, பக்கத்தில் இருப்பவரைப் பார்த்து ஒரு புன்னகைகூட செய்ததில்லை. ஆனால் பாலா தூய்மையான கடல்காற்றைப்போல் இருந்தாள். அவளிடம் கட்டுப்பாடு இல்லை. பேசிக்கொண்டே இருந்தாள். அவள் அந்த பொம்மைப் படங்களைப் பற்றித்தான் பேசுவாள். மீண்டும் படத்தில் மூழ்கிவிடுவாள்.

பாலாவிற்காகவே என் மொபைலில் நிறைய பொம்மைப் படங்களை ஏற்றி வைக்கத் தொடங்கினேன். ஆறுமாதங்கள் வேகமாக ஓடின. சில நாள் நான் வர தாமதமானாலும், அவள் சேத்துப்பட்டில் காத்திருப்பாள்.

ஒருமுறை அலுவலகத்தை விட்டுக் கிளம்ப தாமதமாகிவிட்டது. நான் ஏழரை மணிக்குதான் எக்மோர் வந்தேன். சேத்துப்பட்டில் பாலா ஏறினாள். நான் அவள் போயிருப்பாள் என்று எண்ணினேன். எனக்கு ஆச்சர்யமாக இருந்தது. அதைப் புரிந்துகொண்டவள்,

‘ஒரு பொட்டிதானனே. நீ இருக்கியா இல்லையான்னு தேட முடியாதா?’ என்றாள்.

‘மொபைல் பித்து எடுத்து அலையுற நீ...’ நான் செல்லமாகக் கோபித்தேன். அவள் சப்தமாகச் சிரித்தாள்.

‘லேடிஸ் பொட்டிலயே அந்த அக்காங்ககிட்ட மொபைல் பாத்துருக்கேன். எல்லாரும் மறச்சு மறச்சு ஏதோ மெசேஜ் அனுப்புவாங்க. நீதான் அண்ணே சூப்பர்...’ சொல்லிவிட்டு மீண்டும் சிரித்தாள்.

‘அண்ணன் முக்கியமா இல்ல பொம்மை படம் முக்கியமா?’

அவள் எந்த பதிலும் சொல்லவில்லை. என்னிடமிருந்து மொபைலைப் பிடுங்கிக்கொண்டு பொம்மைப் படத்தைப் பார்க்கத் தொடங்கி விட்டாள். நான் மேற்கொண்டு எதுவும் பேசவில்லை.

ஒருநாள் அவள் முகம் வாடியிருந்தது.

‘ஆயா ஊருக்கே போய்டலாம்னு சொல்லுது, முழு ஆண்டு எக்ஸாம்க்கு அப்பறம்...’ என்றாள்.

‘எந்த ஊர்?’

‘புளிச்சலா... இங்க யாரும் இல்லையாம். அங்க போனா மாமங்க கூட இருந்திரலாம்னு சொல்லுது.’

‘ஏன், ஊருக்கு போக புடிக்கலையா?’

‘ஊருக்கு போய்ட்டா உன்ன பாக்க முடியாதே, பொம்மைப் படமும் பாக்க முடியாது’ என்றாள்.

‘இந்த ஃபோன எடுத்துக்கோ ஊருக்கு போகும்போது’ நான் சொன்னேன்.

‘நிஜமாவா?’ கண்கள் விரியக் கேட்டாள். நான் ‘ம்’ என்றேன்.

‘ஆனா இப்ப இல்ல, எக்ஸாம்ஸ் முடிஞ்சதும் நானே தரேன்’ என்றேன். அவளுக்கு சந்தோஷம்.

நாட்கள் உருண்டோடின. சில நாட்கள் ட்ரெயினில் அமர இருக்கை கிடைக்காது. சில நேரம் செங்கல்பட்டு ட்ரெயினில் ஏறிவிடுவோம். நிற்பதற்கே இடம் இருக்காது. ஆனாலும் பொம்மைப் படம் பார்ப்போம். பாலாவிற்கு முழு ஆண்டுத் தேர்வு தொடங்கியது. ஒழுங்காகப் படிக்கவேண்டும் என்று அறிவுரை சொன்னேன். அத்தகைய அறிவுரையைச் சொல்வதில் எனக்கு விருப்பமில்லை தான். உண்மையில், 'இப்டியே சந்தோஷமா இரு பாலா, மனசுல எதையும் வச்சுக்காம...' என்று சொல்லவே தோன்றியது. ஆனால் அப்படிச் சொன்னால் அவளுக்குப் புரியுமா என்று தெரியவில்லை.

அவள் சரி என்று தலையாட்டிவிட்டு என் மொபைலிலேயே குறியாக இருந்தாள். மறுநாள் சேத்துப்பட்டில் ஓடிவந்து ஏறினாள். களைப்பாக இருந்தாள்.

'எக்ஸாம் மதியானமே முடிஞ்சிது, உனக்காக வெயிட் பண்ணிட்டு இருந்தேன்' என்றாள்.

'வீட்டுக்கு போய் படிக்கலாம்ல?'

'இவ்ளோ நேரம் படிச்சிக்கிட்டுதான் இருந்தேனே. ஒன்னோட்டு ஒரு நாள்தான் எக்ஸாம். மீதிய லீவ்ல படிச்சுக்கறேன். நீ மொபைல குடு' என்றாள். நான் கொடுத்தேன்.

பல்லாவரம் வரும்போது கண்டிப்பாகச் சொன்னேன். 'எனக்காக வெயிட் பண்ணாத... எக்ஸாம் முடியட்டும். நான் சொன்ன மாதிரி இந்த ஃபோன குடுத்துருவேன். அதுவரைக்கும் ஃபோன் கிடையாது.' அவள் முகம் வாடியது. நான் ஏன் அப்படிச் சொன்னேன் என்று தெரியவில்லை. அமைதியாக எழுந்தாள்.

'எப்ப எக்ஸாம் முடியும்?'

'அடுத்த வெள்ளிக்கிழமை.'

'அப்போ அன்னைக்கு சாயங்காலம் வெயிட் பண்ணு.'

முகம் மலர்ந்தது. சரி என்று தலையசைத்தாள். வெள்ளிக்கிழமை நான் சற்று சீக்கிரமாகவே கிளம்பினேன். மேலாளரிடம் உடம்பு சரியில்லை என்று சொல்லிவிட்டேன். வழக்கமாக நான் கூட்டமான பேருந்துகளில் ஏறுவதைத் தவிர்ப்பேன். கூட்டம் குறைந்த பேருந்து வரும் வரை காத்திருந்தே ஏறுவேன். அன்று பாலா காத்திருப்பாள் என்பதால், அந்த 27Dயின் மூச்சை இறுக்கும் கூட்டத்தையும் பொருட் படுத்தாமல் ஏறினேன். உள்ளே அடியெடுத்துவைக்க முடியவில்லை.

ஒருவாறு உடலை நகர்த்திக்கொண்டு கம்பியில் போய் சாய்ந்தவாறு நின்றேன். எக்மோர் ரயில் நிலையம் வந்தது. கூட்டம் குறைய வில்லை. கூட்டத்திலிருந்து உடலைப் பிதுக்கிக்கொண்டு வெளியே வந்தேன். அப்போது அந்த தடியான மனிதனின் பார்வை என் பார்வையைச் சந்தித்தது.

அவன் ஏன் அப்படி வித்தியாசமாகப் பார்க்கிறான் என்று எண்ணியவாறே இறங்கினேன். ஒரு கணம் ஒரு எண்ணம் தோன்ற பேன்ட் பாக்கெட்டில் கை வைத்துப் பார்த்தேன். மொபைல் அங்கு இல்லை. அந்த தடியனின் முகம் நினைவிற்கு வந்தது. பஸ் பின்னால் ஓடலாமா வேண்டாமா என்ற முடிவை எடுப்பதற்குள் பஸ் கிளம்பியிருந்தது. 'வில்லிவாக்கம்' என்ற பெயர்ப்பலகை மங்கலாகத் தெரிந்தது.

எல்லோரும் தங்கள் மொபைலைக் கையில் வைத்துக்கொண்டு ரயில் நிலையம் நோக்கி நடந்தனர். என் நம்பருக்கு கால் செய்து பார்க்க வேண்டும். யாரைக் கேட்கலாம் என்று ஒவ்வொருவரையும் பார்த்தேன்.

நாகரிகமாக உடை அணிந்திருந்த அந்த இளைஞனிடம் ஆங்கிலத்தில் கேட்டேன்,

'சார் ஒரு ஃபோன் பண்ணிக்கலாமா? மொபைல் மிஸ் ஆகிடுச்சு.' அவன் என்னை ஏற இறங்கப் பார்த்துவிட்டு எதுவும் சொல்லாமல் போய்விட்டான்.

என்ன செய்வதென்று தெரியாமல் நடந்தேன். எக்மோர் ரயில் நிலையத்தில் அமர்ந்திருந்த ஒரு போர்ட்டரிடம் விஷயத்தைச் சொன்னேன்.

'தொலஞ்சிருக்காதுபா எவனாவது அடிச்சிருப்பான். இங்க ஒரு கூட்டமே அலையுது' என்றார். தன் ஃபோனைக் கொடுத்தார். என் நம்பருக்கு கால் செய்து பார்த்தேன். Switch off என்று வந்தது. அவர் ஃபோனை அவரிடம் கொடுத்து, 'தேங்க்ஸ்' என்றேன்.

'இருக்கட்டும்பா... வீட்டுக்கு பேசணுனாலும் பேசிக்கோ...' என்றார்.

'பரவால்லண்ணே. இங்க போலிஸ் ஸ்டேஷன் எங்க இருக்கு?'

'என்ன கம்ப்ளைன்ட் கொடுக்க போறியா...? அவங்க கண்டுபுடிச்சு கொடுக்கறது டவுட்டுதான். போனா, ஏண்டா வந்தோம்னு நினைக்கற அளவுக்கு எதையாவது பேசி அசிங்கப்படுத்துவாங்க...'

நான் என்ன சொல்வது என்று தெரியாமல், தலை அசைத்துவிட்டு, அங்கிருந்து நகர்ந்தேன். அவர், 'தம்பி' என்று அழைத்தார்.

'எதுக்கும் கம்ப்ளைன்ட் கொடுத்து வை. நாளைக்கு உன் ஃபோனால எதாவது பிரச்சனை வந்தா ஏன் கம்ப்ளைன்ட் பண்லன்னு கேப்பான்...' என்று காவல் நிலையத்திற்கு வழி சொன்னார்.

நான் எக்மோர் காவல் நிலையம் நோக்கி நடந்தேன். இவ்வளவு பிரச்சினையில் பாலா எனக்காகக் காத்திருப்பாள் என்பது மறந்து போனது.

'அப்ப நீங்க மவுன்ட் ரோட்லதான் கம்ப்ளைன்ட் கொடுக்கணும்...' அந்த வயதான கான்ஸ்டபிள் சொன்னார்.

'இல்ல சார், நடுவுல மொபைல் இருந்துச்சு. இறங்கும்போது இல்ல... பஸ்லதான் எங்கேயோ தொலஞ்சிருக்கணும்.'

அவர் பதில் பேசவில்லை. ஒரு வெள்ளைத் தாளைக் கொடுத்தார். கைபேசி களவாடப்பட்டுவிட்டது என்று ஒரு புகார் கடிதம் எழுதிக் கொடுத்தேன். புகார் கடிதத்தை வாங்கிப் படித்துவிட்டு,

'உன் பக்கத்துல லேடிஸ் நின்னாங்களா?'

நான் யோசித்தேன். 'தெர்ல சார். ஸ்கூல் பசங்கலாம் இருந்தாங்க...'

'கல்யாணம் ஆச்சா?' அவர் வினவினார்.

'இல்ல சார்.'

'அதான் பிரச்சனையே. லேடிஸ பாத்துட்டு ஃபோன விட்டுற வேண்டியது. இதே வேலையா போச்சு உங்களுக்கு...' அவர் மேற்கொண்டு பேசிய எதுவும் என் மனதில் பதியவில்லை. அந்த போர்ட்டர் சொன்னது சரிதான். அங்கு ஏன் சென்றோம் என்று எண்ணம் தோன்றியது.

'இன்ஃபார்ம் பண்றோம், போங்க' என்றார். எப்போது பேச்சை முடிப்பார் என்று காத்திருந்த நான் வேகமாக வெளியே வந்தேன். ஆட்டோ ஒன்றைப் பிடித்து ரயில் நிலையம் வந்து இறங்கினேன். மணி ஏழேமுக்கால். சேத்துப்பட்டு ரயில் நிலையத்தில் பாலா நின்றுகொண்டிருந்தாள். என்னைப் பார்த்ததும் சந்தோஷமாக பெட்டியில் ஓடி வந்து ஏறினாள்.

'என்னண்ணே இவ்ளோ நேரம்?'

நான் எதுவும் சொல்லவில்லை. அவள் என்னிடம் எதையோ பார்வையால் தேடினாள். பின் பொறுமையிழந்து அவளாகவே கேட்டாள்.

‘மொபைல் எங்கணே?’

‘மிஸ் ஆகிருச்சுடா… பஸ்ல யாரோ எடுத்துட்டாங்க…’

‘நிஜமாவா?’ நான் ‘ஆம்’ என்று தலை அசைத்தேன். நான் பொய் சொல்லியிருப்பதாக அவள் நினைத்திருக்கக் கூடும். பல்லாவரம் வரும் வரை அவள் என்னிடம் எதுவும் பேசவில்லை. பல்லாவரம் வந்ததும் என்னைத் திரும்பிப் பார்த்தாள். எதையோ சொல்ல வந்தவள் எதுவும் சொல்லாமல் இறங்கிச் சென்றுவிட்டாள். அதன் பின் அவளை நான் பார்க்கவில்லை. இன்றுவரை, சேத்துப்பட்டு ரயில் நிலையத்தைக் கடந்து செல்லும் போதெல்லாம் வெளியே ஒரு கணம் பார்க்காமல் இருக்க முடியவில்லை.

# வெள்ளம்

டேவி. சாம் ஆசீர்

மின்சார ரயில் கடற்கரை ரயில் நிலையத்தில் புறப்பட்டு பல்லாவரத்தை அடையும்போது ஏறக்குறைய இரண்டு மணி நேரம் கடந்திருந்தது. மழையின் வேகம் அதிகரித்திருந்தது.

'சார்... ட்ரைன் இதுக்கு மேல போகாதாம்...'

'கொஞ்சம் வெய்ட் பண்ணி பாக்கலாம்...'

'இது செங்கல்பட்டு வண்டியாச்சே... போய்த் தானே ஆகணும்.'

பயணிகள் பேசிக்கொண்டிருந்தனர்.

இதற்கு மேல் உட்கார்ந்து பயனில்லை என்று நான் இறங்கிக் குடையை விரித்தேன். மழையிருட்டு. ஆனால் விளக்குகள் ஒளிர்ந்தன. மழை நீர் ஆவேசமாகக் குடையின்மேல் விழுந்து, சட்டை, பேன்ட்டையும் நனைத்தது.

ஸ்டேஷனை விட்டு வெளியேறும்போது, சுந்தரும், அவன் மனைவியும் நின்று கொண்டிருந்தனர். இருவரும் நான் வேலை செய்யும் அலுவலகத்தில் தான் பணிபுரிகின்றனர்.

'என்னண்ணா மழை இந்த கொட்டு கொட்டுது?' என்றான் சுந்தர் வியப்பாய்.

'உனக்கு வீடு எங்கேடா?'

‘சானடோரியம்ணா... வெளியே வாங்கண்ணா, பஸ் வருதான்னு பார்க்கலாம்...’

ஸ்டேஷனை விட்டு வெளியே வந்து, சாலையை நோக்கி நடக்க ஆரம்பித்தோம். முழங்கால் வரைக்கும் தண்ணீர் ஓடிக்கொண்டிருந்தது. காலைத் தூக்கி வைக்க இயலவில்லை. நான் தடுமாறினேன். சுந்தர் என் கையைப் பிடித்தான்.

‘நீ அவளை பாருடா... நா சமாளிச்சு வந்திருவேன்’ என்றேன்.

தடுமாறியபோதெல்லாம் சுந்தர் என்னை எட்டிப் பிடித்தான். பத்து ஆண்டுகளுக்கு மேலாக அவன் என் அலுவலகத்தில் இருக்கிறான். தினக்கூலி அடிப்படையில் சேர்ந்தவன். நான் அந்தச் சமயத்தில் பட்டப்படிப்பு முடித்து கிளரிக்கல் கேடரில் சேர்ந்தேன். இத்தனை ஆண்டு ஓட்டத்தில் சென்ற மாதம் எனக்கு ஒரு துறையின் மேலாளராக பதவி உயர்வு கிடைத்துவிட்டது. அவனுக்கு நான் எப்போதும் அண்ணன்தான்.

எப்போதும் வாகனங்கள் விரைந்து கொண்டிருக்கும் ஜி.எஸ்.டி. சாலை போக்குவரத்து இல்லாமல் கிடந்தது. சாலையில் தண்ணீர் பெருக்கெடுத்து ஓடிக்கொண்டிருந்தது. சாலை ஓரம் சிறுசிறு கூட்டமாக மக்கள் நின்றிருந்தனர். அவ்வப்போது வந்த தனியார் கம்பெனி பணியாளர் பேருந்துகள் எங்களைப் புறக்கணித்துச் சென்றன. வந்த ஆட்டோக்கள், மறித்த கைகளைத் தாண்டிப் பறந்தன. கூட்டத்தில் நின்றிருந்த சிலர் நடக்க ஆரம்பித்தனர்.

தொடர்ந்து அலைபேசியில் அழைப்புகள் வந்து கொண்டேயிருந்தன. விளாத்திகுளத்திலிருந்து மாமனார், கோயம்புத்தூரிலிருந்து அக்கா, பாளையங்கோட்டையிலிருந்து மனைவியின் அத்தை என்று தொலைக்காட்சியில் செய்தி பார்த்தவர்கள் அனைவரும் அழைத்து, நலமும் நிலைமையும் விசாரித்து சீக்கிரமாக வீட்டுக்குப் போக அறிவுறுத்தினார்கள்.

‘அண்ணா... நாங்க நடந்து போயிடறோம்...’ என்றான் சுந்தர்.

‘எங்கே பள்ளம் இருக்குன்னு எப்படி தெரியும்டா... கொஞ்சம் பொறு... ஆட்டோ ஏதாவது வரும்...’ என்றேன். கால்மணி நேரம் கடந்தபோது, பத்து பேர்தான் நின்றிருந்தோம்.

வெள்ளை நிற ஸ்கார்ப்பியோ ஒன்று வந்து நின்றது. முன்பு ஆண்ட கட்சி நிறத்தில் ஏதோ ஓர் ஒன்றியச் செயலாளரின் பெயர் பின்புறக் கண்ணாடியில் எழுதப்பட்டிருந்தது. கார் நின்றதும் கூட்டம் ஓடிப்போய் அப்பியது.

‘யம்மா லேடீஸ் மட்டும் ஏறுங்க…’ உள்ளிருந்து ஒரு குரல் கேட்டது. நான் தயங்கிப் பின்வாங்கினேன்.

‘இனி உட்கார எடம் கெடையாது… நிக்கதான் செய்யணும்’ இன்னொரு குரல் உரத்துச் சொன்னது.

காருக்குள் ஏறிய சுந்தரின் மனைவி, ‘அவரு என் வீட்டுக்காரருங்க…’ என்று சுந்தரை அழைத்துக்கொண்டாள். மறுபடியும், ‘அவரு என் அண்ணன்தாங்க… நாங்க நின்னு அட்ஜஸ்ட் பண்ணிக்கறோம்’ என்று கூறியபடி, என்னை நோக்கி வேகமாய் கையசைத்தாள். ஏறிக்கொண்டு பின்கதவை இழுத்துச் சாத்தினேன்.

எங்களோடு இன்னும் இருவர் காருக்குள் குனிந்து நின்றிருந்தனர். ‘நாங்க தாம்பரம் வரைக்கும் போறோம்… எங்க எறங்கணுமோ சொல்லி எறங்கிக்கங்க…’ என்றார் ஒன்றியச் செயலாளர்போல் தெரிந்தவர்.

சுந்தர் தம்பதி சானடோரியத்தில் இறங்கிக்கொள்ள நான் தாம்பரத்தில் செவன்ட்டி பஸ் ஸ்டாப் அருகே கூட்டத்தோடு இறங்கி நன்றி தெரிவித்தேன். வெள்ளை ஸ்கார்ப்பியோ இருளில் மறைந்தது. நான் செங்கல்பட்டு பேருந்துகள் நிற்குமிடத்தை நோக்கி நடக்க ஆரம்பித்தேன். நல்லவேளையாக என் அலைபேசி இன்னும் வேலை செய்தது.

என் சித்தப்பா மகன் இரண்டாமவனை அலைபேசியில் அழைத்தேன். தொடர்புகொள்ள இயலாத இடத்தில் இருப்பதாகத் தெரிவித்தது பதிவு செய்யப்பட்ட குரல். மூத்தவனை அழைத்தேன். ‘நீ எங்கே இருக்கே? மொபைல் வேலை செய்யலை. நீ எந்த எடத்தில இருக்கேன்னு சொல்லு… அதை விட்டு நகராதே… அவனை வரச்சொல்றேன்’ என்றான். தாம்பரம் ரயில்வே ஸ்டேஷன் பக்கம் சுரங்கப்பாதை பக்கம் நிற்கிறேன் என்று கூறிக் காத்திருந்தேன்.

காத்து நின்ற நேரத்தில், ஊரப்பாக்கம், கூடுவாஞ்சேரி ஆகிய இடங்களிலிருந்து வரும் ஊழியர்கள் எப்படிச் சென்றிருப்பார்கள் என்று யோசித்துக் கொண்டிருந்தேன். அநேகரின் அலைபேசிகள் தொடர்பு எல்லைக்கு அப்பால் இருந்தன.

பெருங்களத்தூரில் தெருக்கள் வழியாகச் சுற்றி என்னை வீட்டுக்குக் கொண்டுசேர்த்தான் என் தம்பி. மின்சாரம் தடைபட்டிருந்தது. ஸ்டவ்வில் வெந்நீர் வைக்கச் சொல்லி, குளித்து, சாப்பிட்டு முடித்துப் படுத்தேன்.

காலை எழுந்தபோது, மின்சாரம் வந்திருந்தது. பேருந்து, ரயில் இயக்கம் முற்றிலும் நின்றிருந்தது. சென்னையும் புறநகரும் தண்ணீரில் மூழ்கிப்போயிருப்பதாகக் காட்டியதுதொலைக்காட்சி.

அலைபேசி அழைத்தது. தங்கராஜ் அண்ணன் என் ஊரிலிருந்து அழைத்தார். சென்ற வாரம் சென்னைக்கு வந்திருந்தபோதுஎன் வீட்டுக்கு வந்து சென்றிருந்தார்.

'ஏய்... ரொம்ப வருத்தம்... உனக்கு ஒண்ணுமில்லையே... வீடு பரவாயில்லை... பாத்துகிடலாம்... பிள்ளைங்க நல்லாயிருக்காங்கல்லா...' என்றார்.

'அண்ணா, என்னோட ஏரியாவுல எந்தப் பிரச்னையும் இல்லை... கரண்ட் கூட இருக்கு' என்றேன். அவர் நம்பியதாகத் தெரியவில்லை.

என் மனைவி அதற்குள் பூரி, கிழங்கு செய்திருந்தாள். 'இன்னைக்கு நீங்க ஆபீஸ் போக முடியாது... தம்பிக்கும் ஸ்கூல் லீவுதான்' என்றாள்.

'அப்பர் தெருவெல்லாம் தண்ணிக்குள்ளே இருக்குதாம்... ஃபர்ஸ்ட் ஃப்ளோர் முங்கிப் போயிடுச்சு...' வீட்டுக்கு வெளியே யாரோ கூறினார்கள்.

மழை இன்னும் விடவில்லை. தொலைக்காட்சியில் காட்டுபவை, நான் இருக்கும் பகுதியிலிருந்து ஒரு கிலோ மீட்டர் தொலைவுக்குள் நடப்பவை என்பதை மனம் நம்ப மறுத்தது.

மூன்று நாட்களும் எங்கள் பகுதியில் மின்சாரம் தடைபடவில்லை. பால் பாக்கெட் ஐந்து ரூபாய் அதிகமாகவும், மற்றவையெல்லாம் அதே விலையிலும் கிடைத்தன. நான் வீட்டில் இருக்கும் சந்தோஷத்தில் என் மனைவி வடை, பஜ்ஜி என்று செய்து கொண்டிருந்தாள். வேளாவேளைக்கு ஃபில்டர் காபி தந்தாள்.

இளைஞர்கள் யாரும் வீடுகளில் இல்லை. ஆங்காங்கே சமைத்து, படகுகளில் வீடுகளுக்கு எடுத்துச் செல்கிறார்கள் என்றனர்.

மூன்றாம் நாள் மதியம், அலைபேசி ஒலித்தது. ராகவன் பேசினான். என் ஊர்ப்பையன். போரூர் பக்கம் இருக்கிறான். 'அண்ணா வீடு முங்கிப் போச்சு... அப்பாதான்...' என்று அழுதான். 'கவர்ன்மெண்ட் ஆஸ்பத்திரிக்கு கொஞ்சம் வர முடியுமாண்ணா... எனக்கு ஒண்ணுமே ஓடலை' என்றான்.

மோட்டார் சைக்கிளில் போனேன். 'ரெண்டு நாள் தண்ணிய கோரி கோரி ஊத்தினோம்ணே... ராத்திரி அதிகமாகிப்போச்சு... கண்ணுமுன்னால அப்பா முங்கிப்போயிட்டாவண்ணே...' என்று அழுதான்.

நான் சென்னைக்கு வருவதற்கு முன்பிருந்தே பழைய பேப்பர், இரும்பு வியாபாரம் செய்துகொண்டிருந்தார் அவனது அப்பா தனசேகர். கஷ்டப்பட்டாலும் பாசத்தில் செல்வந்தமான குடும்பம். நான் அவனை ஆறுதலாக அணைத்துக்கொண்டேன். பிணவறை அருகே நின்றிருந்தபோது, எதிரே வந்த பையன் எங்கோ பார்த்த சாயலில் தெரிந்தான். கூர்ந்து பார்த்தேன்.

'நீ... நீங்க...?' என்றேன்.

'நெல்லை புரமோட்டர்ஸ்...' என்றான்.

ஆம்... எங்கள் ஊர் தந்த ஒரே தொழிலதிபர் மேகராஜின் பேரன். பெருஞ்சொத்துக்கு அதிபதி. சமுதாயத்தில் முக்கிய பிரமுகர். நகரின் மையப்பகுதியில் பங்களா போன்ற வீடு.

'என்னாச்சு...? ஏன் இங்கே?' என்றேன்.

'தாத்தாதான்...'

'தாத்தாவா? தாத்தாவுக்கு என்ன ஆச்சு?' பதற்றமாகக் கேட்டேன்.

'தாத்தாவுக்கு பைபாஸ் பண்ணியிருந்தோம்...' என் பார்வையில் தெரிந்த கேள்வியை உணர்ந்ததுபோல், 'பிரைவேட்லதான்... ஆனா...'

'ஆனா...?'

'வெள்ளம் ஆஸ்பிட்டலுக்குள்ளே போயி ஜெனரேட்டர் எல்லாம் போயிடுச்சு...' என்றான் அவன்.

தனசேகர், மேகராஜ் இருவரின் உடல்களும் ஒன்றாய் வெளியே வந்தன.

# காட்டுக்கு வெளியே ஒரு வீடு

ஏ.ஏ.ஹெச்.கே. கோரி

புதுமைப்பித்தனுடைய கடவுளும் கந்தசாமிப் பிள்ளையும் என்கிற ஸூப்பர் ஹிட் சிறுகதையில், 'ஐயா, திருவல்லிக்கேணிக்கு எப்படிப் போறது?' என்று, பூலோகத்துக்கு இறங்கி வந்து, சென்னைக்கு வருகை தருகிற கடவுள் கேட்கிற கேள்விக்கு, 'ட்ராமிலும் போகலாம், பஸ்ஸிலும் போகலாம், கேட்டுக் கேட்டு நடந்தும் போகலாம். மதுரைக்கு வழி வாயிலே' என்று பதில் தருகிறார் ஸ்ரீ கந்தசாமிப் பிள்ளை.

பிராட்வேயும் எஸ்பிளனேடும் கூடுகிற சந்தியிலிருந்து, அதாவது இப்போது குறளகம் ஸிக்னல் அமைந் திருக்கற பகுதியிலிருந்து, கந்தசாமிப் பிள்ளையும் கடவுளும் 'நர வாகனம்' என்று அறியப்பட்ட ரிக்ஷாவில் ஏறி திருவல்லிக்கேணிக்குப் பயணமா கிறார்கள்.

இந்த லோகத்தில் நான் பிறப்பதற்கு முன்பே புதுமைப்பித்தன் காலமாகிவிட்டிருந்தார். மதறாஸ் பட்டணம் அல்லது சென்னை மாநகரத்தில் நான் கால் பதித்த காலத்தில், ரிக்ஷா என்று அறியப் பட்டிருந்த நர வாகனம் காணாமல் போய், ஆட்டோ ரிக்ஷா என்று அறியப்படுகிற அசுர வாகனம் அமலுக்கு வந்துவிட்டிருந்தது.

ட்ராம் என்கிற ஸ்லோ மோஷன் தொடர்வண்டி கூட காலாவதியாகி விட்டிருந்தது.

ட்ராமைப் பார்ப்பதற்கும், அதில் பயணிப்பதற்குமென்றே ஒரேயொரு முறையாவது கல்கத்தாவுக்குப் போய்வரவேண்டும் என்கிற பேராசை இந்த எழுத்தாளனுக்கு இருக்கிறது.

ராக் ஃபோர்ட் எக்ஸ்ப்ரஸில், திருச்சியில் ரயிலேறி நான் எழும்பூரில் வந்து இறங்கியபோது என்னை வரவேற்க பக்ஷி வந்திருந்தான். சென்னையில் நர வாகனமுமில்லை, ட்ராமும் இல்லை என்பதாலும், இளமைத் திமிரும் பருவக் கொழுப்பும் எங்கள் ரெண்டு பேருக்குமே உச்சத்திலிருந்ததாலும், பஸ் என்கிற பாமர வாகனத்தைப் புறக்கணித்து, ஆட்டோவில் ஏறி டாக்டர் சாச்சா வீட்டுக்கு வந்து சேர்ந்தோம். எங்கே, திருவல்லிக்கேணிக்கா? இல்லை, திருவல்லிக்கேணியை அடுத்திருக்கிற ராயப்பேட்டைக்கு.

ராயப்பேட்டை அரசாங்க மருத்துவமனையில் டாக்டர் சாச்சா ஆர்.எம்.ஒ. உத்தியோகத்தில் இருந்தார். ஆர்.எம்.ஒ.வுக்கு அரசாங்க வீடு ஒன்று இருந்தது. வீடு இல்லை, பங்களா, லேசாய் மிகைப்படுத்தி அதை அரண்மனை என்றுகூடச் சொல்லலாம்.

அஞ்சு கிரவுண்டு பரப்பளவில் அரண்மனையொன்று அமைய முடியுமென்று இந்த எழுத்தாளன் சொன்னால் வாசகர்கள் யாருக்கும் ஆட்சேபனை இருக்காது என்றால், அது அரண்மனையேதான்.

அஞ்சு கிரவுண்டு பரப்பளவில், சென்னை மாநகரத்தில் சுதந்திரமான, தன்னந்தனியான இருப்பிடமொன்றை இந்த இருபத்தொன்றாம் நூற்றாண்டில் கற்பனை செய்து பார்ப்பதே ஒரு பாவச் செயல்.

68, லாயிட்ஸ் ரோடு, ராயப்பேட்டை, சென்னை - 14 என்கிற முகவரி நம்ம உறவினர்களுக்கெல்லாம் ஒரு சுற்றுலாத் தலமாகிவிட்டிருந்தது. சுற்றுலாத்தலத்துக்கு வந்து ரெண்டு நாள் மூன்று நாள் தங்கியிருந்து, டாக்டர் சாச்சாவுக்கு செலவு வைத்துவிட்டுப் போவதற்கென்றே, ரயிலுக்கு செலவு செய்து மதுரையிலிருந்தும், ராஜபாளையத்தி லிருந்தும் நம்ம உறவினர்கள் வந்து போனார்கள். அப்படி வந்து போன உறவினர்களுக்கெல்லாம், 68, லாயிட்ஸ் ரோடின் பிரமாண்டத்தைப் பார்க்கிறபோது நியாயமான பொறாமையொன்று நிச்சயமாய்த் தலையெடுத்திருக்கும்தான். ஆனால், டாக்டர் சாச்சாவுடைய புன்னகைக்கும் பெருந்தன்மைக்கும் முன்னால் பொறாமைக ளெல்லாம் பம்மிக்கொள்ளும்.

டாக்டர் சாச்சா ஓர் அதி அற்புதமான மனிதராயிருந்தார். அண்ணன் மகனான என் மேல் விசேஷமாய்ப் பிரியம் கொண்டிருந்தார். ஆகையினாலே சாச்சா வீட்டில் வாரக்கணக்கில் முகாமடிக்கற சுதந்திரமும் உரிமையும் எனக்கு இருந்தது. தன்னுடைய மனைவியுடைய குட்டித் தம்பியான பக்ஷியைக் கல்லூரியில் படிக்க வைக்கற பொறுப்பையும் டாக்டர் சாச்சா ஏற்றுக் கொண்டிருந்தார்.

புதுக் கல்லூரியைக் கலக்கிக் கொண்டிருந்த பக்ஷிதான் நான் சென்னைக்கு வருகிறபோதெல்லாம் எனக்கு கம்பெனி; ஊர் சுற்றுவது, சினிமாவுக்குப் போவது, சைட் அடிப்பது போன்ற எல்லா சுப காரியங்களையும் நாங்கள் ரெண்டு பேரும் சேர்ந்துதான் செய்து கொண்டிருந்தோம் என்றாலும், எனக்குத் தெரியாமல் அவனும், அவனை ஏமாற்றிவிட்டு நானும் சினிமாவுக்குக் கிளம்பிய ரகசிய வரலாறுகளும் உண்டு. அந்த ரகசிய வரலாறுகளின் பரிதாபமான க்ளைமாக்ஸ் என்னவென்றால், ரெண்டு பேரும் ஒரே தியேட்டருக்குத் தனித்தனியாய்ப் போய்ச் சேர்ந்து, இடைவேளை யில் எதிரும் புதிருமாய்ச் சந்தித்துக்கொண்டு, பரஸ்பரம் அசடு வழிவோம். அசடு வழிந்தாலும் அதில் எனக்கொரு அனுகூலம் இருந்தது. இடைவேளையில் சமோசா செலவை நான் அவன் தலையில் கட்டிவிடுவேன். ஆனாலும், அந்த சமோசா செலவால் பக்ஷி பெரிதாய் ஒன்றும் நஷ்டமடைந்துவிடவில்லை. அரிசி வாங்கிவர, காய்கறி வாங்கிவர, மட்டன், மீன் வாங்கிவர என்று அவன் அக்கா கொடுக்கற பணத்தில், மிச்சத்தைத் திருப்பிக் கொடுக்கறபோது, சில்லறைகளைக் கொஞ்சம் கொஞ்சமாய்ச் சுரண்டி, கணிசமாய்ப் பதுக்கி வைத்திருந்தான் அவன்.

அவன் பதுக்கி வைத்திருந்த பணத்தைக்கொண்டு கேஃப் அமினுக்குப் போய் ரெண்டு பேரும் புரோட்டா சால்னா சாப்பிடுவோம். இருபத்தஞ்சு, இருபத்தஞ்சு பைசாக்கள் போட்டு ஜூக் பாக்ஸில் பாட்டு கேட்போம்.

கேஃப் அமின் இன்னும் இருக்கிறதுதான். ஆனால் ஜூக் பாக்ஸெல்லாம் காயலான் கடைக்குப் போய் கனகாலமாகியிருக்கும்!

பக்ஷியுடைய செலவில் நான் சமோசா தின்ற ஸ்ஃபையர், ஆனந்த், பைலட், ஸ்டார் தியேட்டர்களெல்லாம் கால ஓட்டத்தில் இப்போது காணாமல் போய்விட்டன.

கறுப்பு வெள்ளை தூர்தர்ஷனில், செய்திகள் வாசிப்பதற்கு ஷோபனா ரவி திரையில் தோன்றுகிறபோது, பக்ஷி, அவனுடைய ஆறு வயசு அக்கா மகளை அருகே அழைத்து, அடுக்களையில் வேலையாயிருக்கற அக்காவுக்கும் கேட்கற மாதிரி உரத்த குரலில் உளறுவான்:

‘ஹ சேனா, நல்லா பாத்துக்க, மாமா சொல்றத நல்லா கேட்டுக்க. அப்புறம் சொல்லலன்னு சொல்லப்படாது. இதுதான் ஒன்னோட வருங்கால மாமி.’

ஹ சேனா விழுந்து விழுந்து சிரிப்பாள். அடுக்களையிலிருந்த அவனுடைய அக்காவும் கூட சிரித்திருப்பார்கள்.

அந்தக் கறுப்பு வெள்ளைத் தொலைக்காட்சி சகாப்தம் கூட இப்போது காணாமலே போய்விட்டது.

லாயிட்ஸ் ரோடில், டாக்டர் சாச்சாவுடைய 68 ஆம் இலக்கத்தை யடுத்து, 69, 70 என்று இலக்கங்கள் இருந்தன.

68ஐ அடுத்து 69, 70 எல்லாம் இருக்கும்தான், இதில் விசேஷம் என்ன இருக்கிறது என்றால், விசேஷம் இருக்கதான் செய்தது.70 ஆம் இலக்கத்தில் கொத்தமங்கலம் சுப்பு குடியிருந்தார். இரவு நேரங்களில் வேஷ்டியை மடித்துக் கட்டிக்கொண்டு லாயிட்ஸ் ரோடு நடைபாதையில் வாக்கிங் போவார் அவர்.

‘தில்லானா மோகனாம்பாள்’ கதையை எழுதியவர் கொத்தமங்கலம் சுப்பு என்கிற, எல்லாத் தமிழர்களுக்கும் தெரிந்திருந்த விவரம் எனக்கும் அப்போது தெரிந்திருந்தது. ஆனால், ‘வஞ்சிக்கோட்டை வாலிபன்’ படத்தில், வைஜயந்தி மாலாவும் பத்மினியும் போட்டி நடனமாடுகிற, ‘சபாஷ், சரியான போட்டி’ என்கிற சர்வலோகப் பிரசித்தி பெற்ற பாடலை எழுதியவர் இதே கொத்தமங்கலம் சுப்புதான் என்கிற அபூர்வமான விவரம் எனக்கு அப்போது தெரிந்திருக்கவில்லை.

70 ஆவது இலக்கத்தில் குடியிருந்த கொத்தமங்கலம் சுப்பு ஒரு வி.ஐ.பி.யாயிருந்தாலும், அவரைவிடவும் மேம்பட்ட வி.வி.ஐ.பி. ஒருத்தி 69 ஆம் இலக்கத்தில் குடியிருந்தாள். அழகான, அம்சமான, நமக்குத் தோதான இளம்பெண்ணொருத்தி. அவளுடைய தம்பியை ஒரு மாதிரி சிநேகம் பண்ணிக் கைக்குள் போட்டு வைத்திருந்தேன் நான். ஒரு ஞாயிற்றுக்கிழமை காலையில் அவளுடைய பால்கனியில் அவள் காட்சி தந்தபோது, நம்ம பால்கனியிலிருந்த நான், தைரியத்தைத் திரட்டிக்கொண்டு, நெஞ்சு படபடக்க, ‘கி. கி. கிஷோர் இருக்கானா?’ என்று கேட்டதற்கு, ‘இல்லை’ என்று தலையாட்டி விட்டு உள்ளே மறைந்து விட்டாள்.

காலையில் மறைந்தவள், மாலையில் மீண்டும் பால்கனியில் தோன்றி வசமாய் என்னை மாட்டிவிட்டாள். வீட்டின் முன்பகுதியிலிருந்த திறந்த வெளியில், டாக்டர் சாச்சா, பக்ஷி, நான், இன்னும் சில உறவினர்கள் எல்லாம் நின்று நாட்டு நடப்பை அலசிக்கொண்டிருந்த

போது, 69 ஆம் இலக்க பால்கனியிலிருந்து கவர்ச்சியான பெண் குரலொன்று கேட்டது:

‘ஹலோ, கிஷோர கேட்டீங்களே... அவன் ஊருக்கு போயிருக்கான், நாளக்கிதான் வருவான்.’

நாட்டு நடப்பை அலசிக் கொண்டிருந்தவர்களெல்லாம் கப்சிப்பென்று ஆகிவிட்டார்கள். பெரியவர்களெல்லாம் மனசுக்குள் பொருமி யிருப்பார்கள். என்னையொத்த சிறியவர்கள் பொறாமை புரிந்திருப்பார் கள். டாக்டர் சாச்சா என்னை ஓரக்கண்ணால் நோட்டமிட்டார். ஒன்றும் பேசவில்லை. மனசுக்குள் நினைத்திருப்பார். என்ன நினைத்திருப்பார்? ‘நம்ம அண்ணன் மகன் பலே கில்லாடியாய் இருப்பான் போலிருக்கிறதே!’ என்று நினைத்திருப்பார்.

‘இந்த மாதிரி அநாவசியமான சங்கதிகளெல்லாம் ஒனக்கு தேவையில்ல மகனே’ என்று அவர் சொல்லியிருக்கலாம், சொல்ல உரிமையுள்ளவர்தான். ஆனாலும் சொல்லவில்லை என்பதற்கு, டாக்டர் சாச்சா கண்ணியத்தைப் பேணுகிறவர் என்பதோடு இன்னொரு கூடுதல் காரணமும் இருந்தது. ஒரு வகையில் அவருக்கு நான் ஆசானாயிருந்தேன் என்பதுதான் அந்தக் கூடுதல் காரணம். ஆசான்?

ஆமாம், ஆசான். டாக்டர் சாச்சா செகண்ட் ஹாண்டில் கார் ஒன்றை வாங்கியிருந்தார். கைக்கு அடக்கமான ஸ்டாண்டர்டு 10 கார். கார் வாங்கிவிட்டாரேயொழிய அவருக்கு காரோட்டத் தெரிந்திருக்க வில்லை. என்னை நம்பித்தான் கார் வாங்கினார். எல் போர்டு மாட்டாமலேயே நான் அவருக்கு ட்ரைவிங் கற்றுத் தந்தேன்.

திருச்சியில், கலெக்டர் ஆபீஸ் ரோடு, தென்னூர், தில்லை நகர், பாலக்கரை ஏரியாக்களிலெல்லாம் காரோட்டிய அனுபவம் எனக்கிருந்தது. அதுமட்டு மில்லாமல், ட்ரைவிங் லைஸன்ஸ் வாங்கிய கையோடு, வாப்பாவுடைய காரில், நம்ம தோழியை டபுள்ஸ் ஏற்றிக்கொண்டு காரோட்டிக் கொண்டு கல்லூரிக்குப் போன கூடுதல் அனுபவம் கூட இருந்தது.

ஜனவரி 16, நம்ம பிறந்தநாளைக்கு ஒரு காட்பரீஸ் சாக்லெட் வாங்கி பார்ஸல் பண்ணி, லாயிட்ஸ் ரோடை அடுத்திருந்த கௌடியா மடம் சாலை போஸ்ட் ஆஃபீஸிலிருந்து பதிவுத் தபாலில், அகில உலகப் பேரழகியான நம்ம திருச்சித் தோழிக்கு அனுப்பி வைத்த இனிய நிகழ்வும் அந்தக் காலகட்டத்தில் நிகழ்ந்தது.

அதுசரி, அகில உலகப் பேரழகியைத் தோழியாய்ப் பெறுகிற பேறு பெற்றிருந்தவன், இந்த 69 ஆம் இலக்க பால்கனிப் பெண்ணிடம் ஏன் என்னுடைய ஜொள்ளை விரயம் செய்தேன்? எல்லாம் வாலிபக் கோளாறுதான், வேறென்ன!

'ஒங்க அக்கா பேர் என்ன தம்பி?' என்று கிஷோரிடம் கேட்டு, அந்தப் பெண்ணுடைய பெயரைக் கடைசி வரை கேட்டுத் தெரிந்து கொள்ளவேயில்லை.

ஹ்ம். இப்போது ரொம்ப லேட்.

அரசாங்க வேலையை ராஜினாமா செய்துவிட்டு டாக்டர் சாச்சா மஸ்கட் செல்வதென்று முடிவெடுத்தபோது, அரசாங்கத்திலிருந்து அவருக்கு ஒரு சலுகை தந்தார்கள்.

'நீங்கள் குடியிருக்கற இந்த வீட்டை ஒரு லட்சம் ரூபாய் கொடுத்து வாங்கிக் கொள்கிறீர்களா?' என்று கேட்டார்கள்.

'முழுசாய் ஒரு லட்சமா! அவ்வளவு பணம் என்னிடம் இல்லை' என்று பணிவாய் மறுத்துவிட்டு, டாக்டர் சாச்சா மஸ்கட்டுக்கு விமானமேறி விட்டார்.

டாக்டர் சாச்சா மஸ்கட்டுக்குப் பொருளீட்டப் போன பின்னால், அவருடைய குடும்பம் கீழ்ப்பாக்கத்தில் வள்ளியம்மாள் தெருவுக்குப் புலம் பெயர்ந்தது. அப்போதுதான், அண்ணா நகரில் ஒண்ணரை கிரவுண்டில் ஒரு ஃப்ளாட் வாங்கப்பட்டு, வீடு கட்டுகிற வேலை ஆரம்பமானது. கீழ்ப்பாக்கத்துக்கு மேற்கே ஷெனாய் நகர். ஷெனாய் நகரைத் தாண்டிப் போனால், அண்ணாநகர் என்று பெயரிடப் பட்டிருந்த நிலப்பரப்பு பரந்து விரிந்து கிடந்தது. உருப்படியான சாலைகள் கிடையாது, தெரு விளக்கு கிடையாது. ஷெனாய் நகரைத் தாண்டி பஸ் போகாது. ஷெனாய் நகரிலிருந்து எட்டிப் பார்த்தால், அண்ணா நகர் டவர் கண்ணில் தட்டுப்படும். தெருக்கள் வடிவமைக்கப்பட்டிருந்தன. தெருக்களில் மனிதர்கள் யாரும் குடிவந்திருக்கவில்லை.

முதல் கட்டமாய், தெருநாய்கள் மட்டுமே குடிவந்திருந்தன. இங்கொன்றும் அங்கொன்றுமாய்ச் சில ஃப்ளாட்களில் கட்டடப் பணிகள் நடந்து கொண்டிருந்தன. டவருக்குப் பின்புறத்தில், ஒய் பிளாக் என்று குறிக்கப்பட்டிருந்த பகுதியில், ஒரு ஃப்ளாட்டில் டாக்டர் சாச்சாவின் வீடும் கட்டப்பட்டுக் கொண்டிருந்தது. டாக்டர் சாச்சா வீட்டுக் கட்டடப் பணியை மேற்பார்வையிடுவதற்காக கீழ்ப்பாக்கத்திலிருந்து கிளம்பி பக்ஷி, லொக்கு லொக்கென்று சைக்கிளை மிதித்துக்கொண்டு அண்ணாநகரை நோக்கிப் பயணமாவான். என்னையும் சைக்கிள் கேரியரில் டபுள்ஸ் ஏற்றிக்கொண்டு போவான். குண்டும் குழியுமான வீதிகளில், சைக்கிள் கேரியரில் உட்கார்ந்து பயணிப்பது பெரிய அவஸ்தை.

அவஸ்தையைப் பொறுக்க மாட்டாமல் நான் ஒருநாள் பக்ஷியிடம் கேட்டேன்:

'ஒங்க மச்சானுக்கு மெட்ராஸ்ல வேற எடமே கெடக்கலியாடா? இந்த காட்டுக்குள்ள வந்து வீட்ட கட்றாரேடா!'

அந்தக் காடு இன்றைக்கு சென்னையில் ஒரு மிக முக்கியமான ஏரியா. பணம் கொழிக்கற பகுதி. செல்வந்தர்கள் குடியிருக்கற சொர்க்க புரி. ரியல் எஸ்டேட் விண்ணை முட்டுகிற மேட்டுக்குடி மண்டலம்.

இதே அண்ணாநகரில், பிற்காலத்தில் நானும் குடும்பத்தோடு குடியிருந்தேன், இதே அண்ணாநகரில் மூவாயிரம் சதுர அடியில் அமைந்திருந்த, அட்டகாசமான ஒரு டிபார்ட்மென்ட் ஸ்டோருக்கு நான் முதலாளியாயிருந்தேன் என்பதெல்லாம் இப்போது ஒரு கனவு மாதிரி இருக்கிறது.

அந்தக் கனவு, இப்போது இந்தச் சிறுகதைக்குத் தேவையில்லாத ஒரு கிளைக் கதை. பிஸினஸ் அஸ்தமித்துப் போய், இந்தப் பகுதிநேர எழுத்தாளன் இப்போது ஒரு முழுநேர எழுத்தாளனாய் அவதாரமெடுக்க நேர்ந்தது, டாக்டர் சாச்சா, அம்மா, வாப்பா, பக்ஷி எல்லோரும் ஒருவர் பின் ஒருவராக இந்த உலகத்தை விட்டுப் போய்விட்டது, அண்ணா நகரை விட்டுப் புலம்பெயர்ந்து நான் அயனம்பாக்கத்துக்கு அஞ்ஞான வாசம் போய்விட்டது, நம்ம திருச்சித் தோழி தொடர்ந்து தொடர்புஎல்லைக்கு வெளியிலேயே நீடிப்பது போன்ற கிளைக்கதைகள், சோகக் கதைகளையெல்லாம் வேக வேகமாய் ஃபாஸ்ட் ஃபார்வர்டு செய்து ஓடவிட்டு விட்டு மீண்டும் ராயப்பேட்டைக்கு, லாயிட்ஸ் ரோடுக்கு வருவோம்.

டாக்டர் சாச்சா குடியிருந்த 68 ஆம் இலக்கத்துக்கு எதிர் வாடையில், ஹேமமாலினி கல்யாண மண்டபம், சத்யா கல்யாண மண்டபம், எம்.ஜி.ஆருடைய அண்ணனான எம்.ஜி. சக்கரபாணியுடைய வீடு எல்லாம் வரிசையாயிருந்தன. ஹேமமாலினி கல்யாண மண்டபம் மட்டும் இப்போது எஞ்சி நிற்கிறது, எஸ்.வி.ஆர் கல்யாண மண்டபம் என்கிற பெயர் மாற்றத்தோடு.

லாயிட்ஸ் ரோடின் இருமருங்கிலும் இருந்த பங்களாக்களெல்லாம் பெரும்பாலும் இடிக்கப்பட்டு, அடுக்குமாடிக் குடியிருப்புகள் கட்டப்பட்டுவிட்டன. 70ஆம் இலக்கத்தைத் தாங்கிநின்ற கொத்தமங்கலம் சுப்புவின் வீடு கூட சிதைக்கப்பட்டு, அடுக்குமாடிக் குடியிருப்பாக மாறிவிட்டது. குடியிருப்பின் முகப்பில், கொத்தமங்கலம் சுப்புவுடைய மார்பளவுச் சிலையொன்று நிறுவப்பட்டு, அன்னாருடைய ஆத்மா சாந்தி பெற வகை செய்யப்பட்டிருக்கிறது.

கொஞ்சம் எட்டி நடந்து, கௌடியா மடம் சாலையில் எட்டிப் பார்த்தால், அங்கே, என்னுயிர்த் தோழிக்கு நான் காட்பரீஸ் சாக்லெட்டைப் பதிவுத் தபாலில் அனுப்பி வைத்த அந்த போஸ்ட் ஆஃபீஸைக் காணவில்லை.

என்னுடைய குறுகிய கால சிநேகிதன் கிஷோரும் அவனுடைய அழகான அக்காவும் குடியிருந்த 69 ஆம் இலக்க பங்களா சிதைவுறாமல் அப்படியே இருக்கிறது.

டாக்டர் சாச்சாவுடைய 68 ஆம் இலக்க பங்களா கூட, அட, இப்பொழுதும் கூட அப்படியேதான் கம்பீரமாய் நிமிர்ந்து நிற்கிறது!

ஒரு லட்ச ரூபாயை எடுத்துக்கொண்டு டாக்டர் சாச்சா என்றோ ஒரு நாள் வருவார், தன்னை சொந்தமாக்கிக் கொள்ளுவார் என்று எதிர்பார்த்துக் காத்திருக்கிறதோ என்னமோ! டாக்டர் சாச்சா காலமாகிக் கனகாலமாச்சு என்று, பாவம் இந்த இல்லத்துக்குத் தெரிந்திருக்க வாய்ப்பில்லை.

டாக்டர் சாச்சா இல்லாவிடடால் என்ன, அவருடைய வாரிசாய் நான்தான் இருக்கிறேனே! இந்த வீட்டை விலை பேசினால் என்ன?

பேசலாம். பேசுவதற்கு வாய் வலிக்கவா போகிறது! சரி, என்ன விலை இருக்கும்?

தொழிலதிபனாய்க் கொடி கட்டிப் பறந்த காலமெல்லாம் கானல் நீராய்ப் போய் முழு நேர எழுத்தாளனாய் ஆயாச்சு. சிறுகதைப் போட்டிகளில் பரிசாகக் கிடைக்கற அஞ்சாயிரத்தையும் பத்தாயிரத்தையும் சேமித்து வைத்து இந்தக் காலத்தில் சொத்து வாங்கவெல்லாம் முடியுமோ? ஏதோவொரு அதிசயம் நிகழ்ந்து, கூரையைப் பொத்துக்கொண்டு கோடிகள் கொட்டினால்தான் சொத்தெல்லாம் சாத்தியப்படும்.

ரியல் எஸ்டேட்டில் பரிச்சயமுள்ள சிநேகிதனொருவனைக் கூட்டிக்கொண்டு போய், 68, லாயிட்ஸ் ரோடு பங்களாவைக் காட்டி, உத்தேசமாய் என்ன விலையிருக்கும் என்று கேட்டேன்.

‘என்ன, ஒரு இருவது கோடி இருக்கும்’ என்று அநாயாசமாய்ச் சொல்லி என்னைத் திடுக்கிட வைத்தான்.

‘இருவது? கோடியா?’ என்று விழிகளை அகலமாய்த் திறந்தேன். ‘எங்க சித்தப்பா குடியிருந்த வீடு இது. அவருக்கு இந்த வீட்ட ஒரு லச்சத்துக்கு ஆஃபர் பண்ணாங்க.’

‘அத இப்ப சத்தம் போட்டுச் சொல்லாத, யாராவது கேட்டா, ஒன்ன லூஸுன்பாங்க.’

‘சே, மிகைப்படுத்தி சொல்லாத, லூஸுன்னுல்லாம் சொல்ல மாட்டாங்க.’

‘லூஸுன்னு சொல்லாட்டி, மெட்ராஸ் பாஷைல மென்ட்டல்ன்னு சொல்லுவாங்க. ரெண்டும் ஒண்ணுதான்.’

லட்சியவாதியொருவனை இந்த உலகமாந்தர் ‘லூஸ்’ என்றும் மென்ட்டல் என்றும்தான் சொல்லுவார்கள். சொல்லிவிட்டுப் போகட்டும். இப்போது எனக்குள் ஒரு லட்சிய வேகம் பிறந்து விட்டது. எப்படியோ ஒரு தெய்வீக அதிசயம் நடக்கும், கோடிகள் வந்து கொட்டும். டாக்டர் சாச்சா வாங்க முடியாமற் போன இந்த வீட்டை நான் வாங்கியே தீருவேன் என்கிற நம்பிக்கை ஏற்பட்டுவிட்டது.

இடது உள்ளங்கையில் அரிப்பெடுத்தால் பணம் வந்து கொட்டோ கொட்டென்று கொட்டும் என்று சொல்கிறார்கள். நமக்கோ வலது உள்ளங்கையில்தான் அடிக்கடி அரிப்பெடுக்கிறதேயொழிய, இடது உள்ளங்கையில் அரிப்பெடுப்பதே இல்லை.

எடுக்கும்.

அரிப்பெடுக்கும்.

இடது உள்ளங்கையில் அரிப்பெடுக்கும்.

இன்ஷா அல்லா, விரைவில் அந்த நல்ல விஷயம் நடக்கும்.

அந்த நல்ல விஷயம் நடக்கறபோது இலகுவாய் இருபது கோடி கைக்கு வந்துவிடும்.

இந்த வீடும் வசப்படும்.

ஒரேயொரு பிரச்சினைதான். இருபது கோடி கைக்கு வருகிற காலத்தில், ரியல் எஸ்டேட் ஒரு எகிறு எகிறி, இந்த வீட்டின் மதிப்பு இருநூறு கோடி என்று எட்டாத உயரத்துக்குப் போய்விடக் கூடாது. அப்படியொரு அசம்பாவிதம் நிகழ்ந்து விடாமல், கந்தசாமிப் பிள்ளைக்குக் காட்சி தந்த கடவுள்தான் காப்பாற்றி அருள் புரியவேண்டும்.

# மெர்லின் மரினா

முகுந்த் நாகராஜன்

ஊரிலிருந்து அஷரப் அழைத்திருந்தான் போன வாரம். ஒன்றாவதிலிருந்து ஒன்றாகப் படித்தவன். ஸ்டேஷன் ரோட்டில் மெடிக்கல்ஸ் வைத்திருக்கிறான். சென்னையில் நல்ல மழையாம்.

'பெங்களூர்லயும் மழையா?' என்று விசாரித்தான். அவன் பேச்சின் பின்னணியில் மழைச் சத்தம். நான் ஆபீஸில் இருந்தேன்.

'அடுத்த வாரம் லாங் வீக் எண்ட், அப்போ வரேன்' என்று சொன்னேன்.

'கடைக்கு வா' என்று சொல்லி அழைப்பை முடித்தான்.

இரண்டு வருஷங்களுக்கு முன் சென்னையில் பெருமழை பெய்து, வெள்ளம் வந்தபோதும் அஷரப்தான் அழைத்தான். ஸ்டேஷன் ரோட்டிலேயே இரண்டு அடிக்கு ஓடிக்கொண்டிருந்ததாம் அன்றைக்கு. ராதாநகர் மெயின் ரோட்டில் இன்னும் மோசம் என்றான். கார்கள் எல்லாம் மிதந்ததாம்.

'பாரதிபுரத்துல எப்பிடி?' என்று விசாரித்தேன்.

'அது நல்ல மேடு, அங்க தண்ணி நிக்காது' என்றான்.

அன்று காலையில் அம்மாவைக் கூப்பிட்டபோதும் அதையேதான் சொல்லியிருந்தாள். வீட்டுக்கு எப்படிப் போவது என்று தெரியாமல் கடையிலேயே உட்கார்ந்திருப்பதாகச் சொன்னான்.

எட்டாவது வரை வெங்கடேஸ்வரா ஸ்கூலில் படித்தோம். மழை அதிகமாகப் பெய்தால் லீவு விட்டுவிடுவார்கள். இருந்தாலும் அந்த மழையில் போய் 'இன்று பள்ளி விடுமுறை' என்று கம்பிக்கதவுக்கு உள்ளே கரும்பலகையில் எழுதிவைத்திருப்பதைப் பார்த்துவிட்டு வந்தால்தான் நிறைவாக இருக்கும். சில சமயம் லீவு விட்டபிறகு வெயில் வந்துவிடும். குற்ற உணர்ச்சியோடு சுற்றிக் கொண்டிருப்போம்.

ஸ்கூலைத் தாண்டி ஸ்டேஷன் ரோட்டுக்கு இணையாக கல்யாண மண்டபத் தெரு இருக்கும். மழை நின்று வெகுநேரம் வரை முழங்கால் ஆழம் தண்ணீர் ஓடிக்கொண்டிருக்கும். அண்ணனும் நானும் ஏதாவது பேசிக்கொண்டே மேலும் கீழும் போய்வருவோம் அந்தத் தெருவிலே. அப்புறம் அங்கே சிமென்ட் ரோடு போட்டு விட்டார்கள். தெரு உயரமாகிவிட்டது. தண்ணீரே நிற்பதில்லை.

இந்த வெங்கடேஸ்வரா ஸ்கூல் இரண்டு வளாகங்களில் அமைந்திருக் கிறது. ஒன்றிலிருந்து நான்காம் வகுப்புவரை ராதாநகரில். ஐந்து முதல் எட்டுவரை ஏரிக்கரையில். பெரும்பாலும் ராதாநகர் பள்ளியில்தான் தலைமை ஆசிரியை இருப்பார். இதை மேல்பில்டிங் என்று அழைத்தோம், அதாவது, மெயின்பில்டிங்.

ஏரிக்கரை ஸ்கூலில் படித்தபோது ஒருமுறை பயங்கர மழை. பள்ளி இருக்காது என்று தெரிந்தும் தாத்தாக் குடையுடன் கிளம்பிவிட்டேன். காற்று சுற்றிச்சுற்றி அடித்தது. குடை இழுத்துக்கொண்டு போனது. ஸ்கூல் லீவுதான்.

அங்கே அப்துல்காதர் நின்றுகொண்டு இருந்தான். அவனும் என் குடைக்குள்ளே வந்தான். அவர்களுக்கு பை தைக்கும் கடை ஒன்று இருந்தது ஸ்டேஷன் ரோட்டில். குடையை நாலுபக்கமும் சுற்றிவளைத்து விளையாடிக்கொண்டு வந்தான். நான் 'வேண்டாம்' என்று சொல்லிக்கொண்டே அவனுடன் ஓடிவந்தேன். இரண்டு பேரும் இழுத்து குடை பின்பக்கம் மடக்கிக்கொண்டது. அதைச் சரிசெய்கிறேன் என்று முயற்சிசெய்து ஒரு குடைக்கம்பியை உடைத்துவிட்டான். அவனைக் கத்திக்கொண்டே வந்தேன். அவன் கொஞ்சமும் சத்தம் போடாமல் சிரித்துக்கொண்டு வந்தான்.

'சரிபண்ணி குடுக்கறேன்' என்று அதை எடுத்துக்கொண்டு ஓடிவிட்டான்.

மறுநாள் புதுக்கம்பி போட்டுக் கொடுத்துவிட்டான். 'சரியாயிடுச்சா?' என்று இரண்டு முறை விரித்து மடக்கிக் காட்டினான். கடைக்குள்ளே இருந்து அவன் அப்பா என்னைப் பார்த்துச் சிரித்தார்.

அந்த பைக்கடை இருந்த இடத்தில் இப்போது ஒரு ஐஸ்கிரீம் பார்லர் இருக்கிறது.

வெள்ளிக்கிழமை காலையிலேயே ஊருக்கு வந்துவிட்டேன். சாயந்திரம் அஷரப் கடைப்பக்கம் போனேன். கூட்டம் நிறைய இருந்தது. அதிகம் பேச முடியவில்லை.

'பல்லாவரம் கௌரி தியேட்டரை இடிக்கப் போறாங்க... ஞாபகம் இருக்கா... கௌரி தியேட்டர்?' என்றான்.

'மை டியர் குட்டிச்சாத்தான்' என்றேன். இருவரும் சிரித்தோம்.

டேபிளை மேலே தூக்கி, சின்னக் கதவைத் திறந்து, 'உள்ள வந்துரு' என்றான்.

'இல்ல, வேணாம், அப்புறம் ஃப்ரீயா இருக்கும்போது வரேன்' என்று புறப்பட்டேன். கடையில் கூட்டம் இருக்கும்போது சரியாகப் பேசமுடியாது. கடைப் பையன்களுக்கு இடைஞ்சலாக நடுவில் ஸ்டூலில் உட்கார்ந்துகொண்டிருக்கவேண்டும்.

மை டியர் குட்டிச்சாத்தான், 3D படம். நான் நாலாவது படிக்கும்போது வந்தது. பல்லாவரம் கௌரி தியேட்டரில் போட்டிருந்தார்கள். ஈட்டி எறிந்தால் நம்மைப் பார்த்தே வருவதுபோல இருக்கும் என்று பையன்கள் பேசிக்கொண்டார்கள். ஆரோக்கிய மேரி டீச்சரும் சுந்தரி டீச்சரும் எங்கள் வகுப்பைக் கூட்டிக்கொண்டு போனார்கள். ஆளுக்கு ஒரு ரூபாயோ என்னவோ கொடுத்தோம். பள்ளிக்கூடத்திலிருந்து இரண்டிரண்டு பேராகக் கைகோத்து ஒரு பெரிய வரிசையில் போனோம். நான் அஷரப் கையைப் பிடித்துக்கொண்டிருந்தேன். படம் பார்த்து விட்டுத் திரும்பி வரும்போதுதான் நான் காணாமல் போனேன்.

எப்படி வரிசையிலிருந்து பிரிந்துபோனேன் என்று எனக்கு நினைவில்லை. கொஞ்ச நேரத்திலே தனியாகச் சுற்றிக்கொண்டிருந்தேன். முதலில் பயம் ஒன்றும் தோன்றவில்லை. அப்படியே நேராகப் போனால் ராதாநகர் ரயில்வே கேட் வந்துவிடும், அவ்வளவுதானே! ஆனால் வரவில்லை. இடதுபக்கம் திரும்பி நடந்தேன். ஏரிக்கரை மாதிரி ஒரு இடம் வந்தது. நிறைய எருக்கஞ்செடிகளுடன் இருந்த அந்த இடத்தைப் பார்த்தபின் நிம்மதி வந்தது. ஏரிக்கரை ஸ்கூல் வந்துவிட்டது. அங்கிருந்து வீட்டுக்கு வழி தெரியும் எனக்கு. அப்படியே நடக்க ஆரம்பித்தேன்.

பிள்ளையார் சதுர்த்திக்கு இங்கே வந்து எருக்கம்பூ பறிப்பேன். மாலை கோத்து விற்பதற்காக, நிறைய பையன்கள் எருக்கம்பூ பறித்துக்

கொண்டிருப்பார்கள். இன்று யாரும் இல்லை. எருக்கம்பூச் செடிகள் மறைந்துபோன பின்தான் அது ஏரிக்கரை இல்லை என்று உறைத்தது. அந்தச் சமயத்தில்தான் அழவும் ஆரம்பித்திருக்கவேண்டும். வெள்ளைச் சட்டையில் கண்ணீரைத் துடைத்துக்கொண்டு நடந்து கொண்டிருந்தேன்.

கடைத் தெரு போன்ற ஒரு இடத்தில் ஒரு ஆள் என்னை விசாரித்தார். ராதாநகர், ஜெயலட்சுமி தெரு என்று சொல்லிவிட்டேன். கதவு எண் சொன்னேனா என்று ஞாபகம் இல்லை. அவர் கூட இருந்த இன்னொருவரிடம் ஏதோ சொல்லிவிட்டு சைக்கிளை எடுத்தார். கேரியரில் உட்காரச் சொன்னார். மளிகைக்கடை சைக்கிள்களில் இருப்பதுபோல பெரிய கேரியர். தெரியாத தெருக்களில் கொஞ்சநேரம் கழிந்தபின், முக்குக்கடை கண்ணில் பட்டது. நாடார் கடை. தினமும் அங்கே வந்து ஏதாவது வாங்குவேன், தேங்காய்ப் பத்தை, பச்சைமிளகாய், பொட்டுக்கடலை, உப்பு, கருவேப்பிலை என. அப்படியே நாலணா, எட்டணா கமிஷன் அடித்துவிடுவேன்.

அந்தக் கடையைப் பார்த்தவுடனே நான் இறங்கிக்கொள்கிறேன் என்று அவரிடம் சொன்னேன். அதற்குமேல் எனக்கே வழி தெரியும் என்று சொன்னேன். ஆனால் அவர் இறக்கிவிடவில்லை.

‘வீட்டுக்கே போயிடலாம் தம்பி’ என்று சிரித்துக்கொண்டே, வீட்டுக்கே கொண்டுபோய் விட்டார்.

எனக்காக பாட்டி வீட்டு வாசலிலேயே காத்திருந்தாள். என்னைக் கூட்டிக்கொண்டு வந்து விட்டவருக்கு ஏதோ காசு கொடுத்தாள். அவர் வாங்கவில்லை. உள்ளேயும் வரவில்லை. அப்படியே கிளம்பி விட்டார். அந்த எருக்கம்பூ பூத்த வெட்டவெளி எப்போதாவது கனவில் வரும். விழித்தவுடன் ஆசுவாசமாக இருக்கும்.

ஜமீன்ராயப்பேட்டை அருகில் சுற்றிக்கொண்டிருந்தேனாம். இந்த விஷயத்தில் எனக்கு ஞாபகம் இருப்பது மிகவும் குறைவு. பாட்டி சொல்லிச் சொல்லி இதை ஒரு மாதிரியாக உருவாக்கி வைத்திருக்கிறேன். நான் கெட்டிக்காரன், அட்ரஸை சரியாகச் சொல்லியிருக்கிறேன் என்று பாட்டிக்குப் பெருமை. திருப்பதி வெங்கடாசலபதிக்கு ஒரு பத்துரூபாய் எடுத்துவைத்துவிட்டாள்.

அந்த கௌரி தியேட்டரை இடித்து வணிக வளாகம் கட்டப் போகிறார்களாம். அதைப் பார்த்துவிட்டு வரலாம் என்று சைக்கிளை எடுத்துக்கொண்டு கிளம்பினேன். வைஷ்ணவா காலேஜ் ரயில்வே கேட்டில் நுழைந்து, ஜிஎஸ்டி சாலையில் திரும்பினேன். சரவணா

ஸ்டோர்ஸ், கல்யாண் ஜுவல்லரி, ஆனந்த பவன், ரிலையன்ஸ் ட்ரெண்ட்ஸ் என்று பரபரப்பாக இருந்தது. குரோம்பேட்டைதான் அடுத்த தி.நகர் என்று அம்மா சொல்லிக்கொள்வது சரிதானோ என்று தோன்றியது.

முன்னால் இதெல்லாம் இல்லை. பல்லாவரம் பஸ் ஸ்டாப் வரும்வரை ஜிஎஸ்டி சாலையின் இருபுறமும் லாரிகள் நின்று கொண்டிருக்கும். வொர்க் ஷாப்புகளும், டீக்கடைகளும் இருக்கும். அவ்வளவுதான்.

கௌரி தியேட்டர் மெயின் ரோட்டிலேயே இருக்கிறது. இன்னும் இடிக்க ஆரம்பிக்கவில்லை. ஆனால், மெயின்கேட்டைப் பூட்டி சீல் வைத்திருந்தது. உள்ளே ஒரே குப்பையாக இருந்தது. மேலும் கீழும் போய்வந்தேன் சைக்கிளில். நான் காணாமல் போய், சுற்றி அலைந்த வழியைக் கண்டுபிடித்து விடலாம் என்று உறுதியாகத் தெரிந்தது. கொஞ்சம் முன்னால் போய் இடதுபக்கம் திரும்பினால் போதும் என்று தெரிந்துவிட்டது.

பரபரப்புடன் சைக்கிளைத் திருப்பினேன். பல்லாவரம் ஸ்டேஷன் கிட்டே இருக்கும் ரயில்வே கேட்டைத் தாண்டினேன். கடைத் தெரு. அதைத் தாண்டினேன். அப்புறம் வலதுபக்கம் திரும்பினேன். வரிசையாக வீடுகள், சின்ன அடுக்ககங்கள். எருக்கம் செடிகள் நிறைந்த ஒரு வெட்டவெளி மாதிரி ஒன்றும் தென்படவில்லை. காலி இடமேயில்லை எங்கும்.

ஒரு ஆட்டோக்காரரிடம், ‘ஜமீன்ராயப்பேட்டை எப்படி போகணும்?’ என்று கேட்டேன்.

‘இன்னும் உள்ளே போணும்’ என்று சொல்லிவிட்டுப் போனார் அவசரமாக. ஒரு சின்னப் பையன் அழுதுகொண்டே கேட்டிருந்தால் இவரே கொண்டுபோய் விட்டிருப்பாரோ! ஆட்களைப் பார்த்தபடி சைக்கிளை மெதுவாக ஓட்டிக்கொண்டு போனேன். எல்லோருமே கொஞ்சம் அவசரத்தில் இருப்பது போல்தான் தெரிந்தது. நான் தொலைந்து போன இடமும் தொலைந்து போய்விட்டது. மறுபடியும் ஜிஎஸ்டி ரோட்டுக்கு வந்து ராதா நகருக்கு வந்துவிட்டேன்.

கடையில் கூட்டம் குறைந்திருக்கிறதா பார்ப்போம் என்று மறுபடியும் அஷரப் கடைப்பக்கம் போனேன். கூட்டம் இன்னும் அதிகமாகதான் ஆகியிருந்தது. ஆனாலும் அவன் என்னைப் பார்த்துவிட்டான். கௌரி தியேட்டருக்கு சைக்கிளில் போய்வந்ததைச் சொன்னேன்.

‘பாத்து, இன்னொருவாட்டி காணாம போயிடப்போறே...’ என்று சிரித்தான்.

‘நாளைக்கு மத்தியானமா வா, கொஞ்சம் பேச வேண்டியிருக்கு’ என்றான். சரியென்று கிளம்பினேன்.

ராதாநகர் ப்ரகாசமாக இருந்தது. சமோசா, பானிபூரி, பஜ்ஜி, பலாச்சுளை, மூலிகைச்சாறு என்று பொறிபறந்துகொண்டிருந்தது. ஜெயராம் ஸ்வீட்ஸ் கடையை ஸேட்டு யாரோ வாங்கி ‘ஜெயராம் மித்தாய்’ என்ற பெயரில் ஹிந்திப் பையன்களை வைத்து நடத்திக்கொண்டிருந்தார்.

விஎஸ்பி எண்ணெய்க் கடையும், பொரிகடலை வேர்க்கடலைக் கடையும் இருந்த இடத்தில் அதே விஎஸ்பியின் பெரிய சூப்பர் மார்க்கெட் இருக்கிறது. பாரதியார் தெருவில் அப்ட்ரான் டிவி கடை கொஞ்ச நாள் இருந்தது. விஎஸ்பி அதையும் வாங்கி ஒரு உயர்தர சைவ உணவகம் ஆரம்பித்து விட்டார்கள். அந்த டிவி கடையில்தான் சுனில் கவாஸ்கர் டெஸ்ட் கிரிக்கெட்டில் 10,000 ரன்களை எட்டியதைப் பார்த்தேன். இன்னும் 20,000, 30,000 ரன்கள் நான் எடுத்துக் குவிப்பது போல கற்பனை செய்துகொண்டே வீட்டுக்குத் திரும்பிப்போனேன். அதனால்தான் எனக்கு சச்சின் டெண்டுல்கரை மிகவும் பிடித்திருக்கிறது.

ஜெயலட்சுமி தெரு வீட்டை எலக்ட்ரிகல் கடை வைத்திருக்கும் ஸேட்டுக்கு விற்றுவிட்டோம். ஒரு நாலைந்து வருஷம் இருக்கும். ஸேட்டுக்கு என்ன பிரச்சினையோ, அதை இடித்துக் கட்டாமல் அப்படியே போட்டு வைத்திருந்தார். அந்தப் பக்கம் போகும்போதெல்லாம் அதை தூரத்திலிருந்து பார்ப்பேன். போன முறை வந்திருந்த போது இடித்து மூன்று மாடிக் கட்டடம் கட்டிவிட்டார்கள். அந்தப் புதுவீட்டின் கிரகப்பிரவேசத்துக்குப் போய்வந்த அம்மா, ‘ஃபர்ஸ்ட் க்ளாஸா கட்டி இருக்கான், என்ன இருந்தாலும் ஸேட்டு ஸேட்டுதான்’ என்று பாராட்டிக்கொண்டிருந்தாள்.

உடுப்பி ஹோட்டல் கட்டடம் அப்படியே சிதிலமாகக் கிடக்கிறது. கேஸ் நடந்து கொண்டிருக்கிறது என்று ஒரு அட்டையில் எழுதித் தொங்க விட்டிருந்தது. அதை மூடி ஒரு பதினைந்து வருஷம் இருக்கும்.

நாங்கள் சின்னதாக இருந்தபோது, வீட்டில் ஏதாவது விசேஷமோ, திவசமோ வந்தால் எங்களுக்கு மட்டும் அங்கேயிருந்து இட்லி, சட்னி வாங்கி வந்து கொடுப்பார்கள். மற்ற நாட்களில் அந்தப் பக்கமே போக விடமாட்டார்கள். ரவிவர்மா வரைந்த மகாலட்சுமி படம் ஒன்று அப்போது வீட்டில் இருந்தது. அந்தப் படத்தில் இரண்டு அன்னப்பறவைகள் படத்தை விட்டு வெளியே பார்த்து நீந்திக் கொண்டிருக்கும். அவையிரண்டும் உடுப்பி ஹோட்டலுக்குப் போய்

இட்லி, சட்னி வாங்கிக்கொண்டு வரும் என்று நினைத்துக் கொண்டிருப்பேன்.

ராதா நகர் இத்தனை வருஷங்களில் கொஞ்சம் கொஞ்சமாக மாறிக் கொண்டு வந்திருக்கிறது. அஷரப் கடையில் ஓய்வாக இருக்கும்போது போனால் அதைப்பற்றி எல்லாம் பேசிக்கொண்டிருப்போம். அப்புறம் எங்கள் கூடப்படித்து அமெரிக்காவிலும், ஆஸ்திரேலியாவிலும், சிங்கப்பூரிலும் செட்டில் ஆனவர்கள், அவர்கள் கடைசியாக வந்து போனது எப்போது (தியாகு வந்திருந்தான் போன மாசம், ஊரைப்பாத்து ஷாக் ஆயிட்டான்) என்று பேச்சு போகும். எப்போதாவது திருவல்லிக் கேணியிலிருந்து பாலாஜியும் வந்து கலந்துகொள்வான் பேச்சில்.

●

ராதாநகர் மெயின்ரோட்டில் போகாமல், அனுமார் கோயில் தெரு வழியாகப் போனேன். ரொம்ப வருஷம் முன்னால் இந்தத் தெருவை அடைத்து பெரிய ஸ்க்ரீன் கட்டி, ஒருநாள் ராத்திரி எம்.ஜி.ஆர் நடித்த இதயக்கனி போட்டார்கள். அப்புறம் இன்னொரு நாள் வேறு ஏதோ ஒரு பழைய படம் போட்டார்கள். அது என்ன என்று யோசித்துக் கொண்டே போகையில் மெர்லின் மரினா கண்ணில் பட்டது. மறுபடியும் ராதாநகரில் மெர்லின் மரினா அக்வேரியம், தங்கமீன் கடை!

தங்க மீன்களும், வெள்ளை மீன்களும், பட்டை பட்டையான கறுப்பு வெள்ளை மீன்களும் பெரிய பெரிய தொட்டிகளில் நீந்திக் கொண்டிருந்தன.

இந்தக் கடை முதன்முதலில் பாரதியார் தெருவில் வந்தது. அப்போது ஐந்தாவதோ ஆறாவதோ படித்துக்கொண்டிருந்தேன். ஒருமுறை பெரிய மழை பெய்து ஸ்கூல் காம்பவுண்டு இடிந்து போனது. ஏரிக்கரையின் நீரெல்லாம் பள்ளிக்கூடத்துக்குள் புகுந்துவிட்டது. மேல்பில்டிங்கி லேயே கொஞ்ச நாளைக்கு ஷிஃப்ட் முறையில் வகுப்புகள் நடந்தன.

நான், அஷரப், பாலாஜி, நசீர் எல்லாம் ஏரிக்கரை ஸ்கூலுக்குப் போய் ப்ளாஸ்டிக் கவர்களில் நிறைய மீன்கள் பிடித்தோம். அதையெல்லாம் எங்கள் வீட்டுக்கிணற்றில் விட்டோம். ஆனால் மறுநாளே அவை எல்லாம் செத்துப்போய் மிதந்தன. பாலாஜி அந்த மெர்லின் மரினா கடைக்குப் போய் விசாரித்தபோது, 'ஏரி மீனை எல்லாம் கிணற்றில் விட முடியாது' என்றார்கள்.

ஒரு வருஷம் போல அந்தக் கடை நடந்திருக்கும். அப்புறம் அதை மூடிவிட்டார்கள். தங்கமீன் வாங்கி வளர்க்கும் அளவுக்கு இங்கே யார் இருக்கிறார்கள் என்று பேசிக்கொண்டோம்.

ஒரு 3-4 வருஷம் கழித்து கரூர் வைஸ்யா பேங்க் பக்கத்தில் அதே மெர்லின் மரினாவைத் திறந்தார்கள். இந்தமுறை கலர்லைட் எல்லாம் போட்டு பளபளப்பாக இருந்தது. தாத்தாவின் பாஸ்புக்குக்கு என்ட்ரி போடப் போகும்போதெல்லாம், அந்தக் கடையை கொஞ்சம் வேடிக்கை பார்த்துவிட்டுப் போவேன். கொஞ்ச நாள் கழித்து அங்கேயும் கடையை மூடிவிட்டார்கள்.

இப்படியே 3-4 வருஷத்துக்கு ஒருமுறை திறப்பார்கள். ஆறு மாதம், ஒரு வருஷத்துக்குள் மூடிவிடுவார்கள். டாக்டர் காலனி, ராமசாமி தெரு, கட்டபொம்மன் தெரு என்று ராதா நகருக்கு உள்ளேயே சுற்றிச் சுற்றி வந்து கொண்டிருந்தது. 'மெர்லின் மரினா வந்துடுச்சு மறுபடியும்' என்று பேசிக்கொள்வோம்.

எங்கள் பழைய ராதாநகரின் ஒரு சிறு பகுதி மீண்டும் வந்தேவிட்டது இப்போது. உற்சாகமாக வீட்டுக்குப் போனேன்.

மறுநாள் லேசாக மழை பெய்துகொண்டிருந்தது. மெர்லின் மரினாவைப் பார்க்கப்போனேன். வெளியேயிருந்து வேடிக்கை பார்த்துக் கொண்டிருந்தேன்.

'எதுக்கு மழைல நிக்கறீங்க, உள்ள வந்து பாருங்க' என்று ஒரு குரல் கேட்டது. கடைக்காரர் ஒரு பெரிய தொட்டியின் பின்னாலிருந்து வெளியே வந்தார். உள்ளே போனேன். கொஞ்ச நேரம் சும்மா பார்த்துக்கொண்டிருந்தேன். அவரும் சும்மா இருந்தார். மெதுவாகப் பேச்சை ஆரம்பித்தேன்.

'முன்னால கட்டபொம்மன் தெருவுல இருந்தீங்க இல்லையா?' என்றேன்.

'இல்லிங்களே, அது எங்க இருக்கு?' என்றார்.

'இல்லே, ஒரு ரெண்டு மூணு வருஷம் முன்னால' என்றேன்.

'அப்போ நாங்க திருச்சில இருந்தோம்' என்றார். போன வருஷம்தான் இங்கே வந்தார்களாம். இதுதான் முதல் கடையாம். சும்மா வீட்டில் பொழுதுபோக்குக்கு வளர்த்துக்கொண்டிருந்ததாகவும் இப்போது தான் கடையை ஆரம்பித்திருப்பதாகவும் சொன்னார்.

கடந்த 30 வருஷங்களுக்கும் மேலாக ராதா நகரில் மாற்றி மாற்றி வந்து கொண்டிருந்தது என்று நாங்களாகவே நினைத்துக் கொண்டிருந்த கடை! எங்கள் மெர்லின் மரினா..!

வெளியே வந்துவிட்டேன். இதை உடனே அஷரப்பிடம் சொல்ல வேண்டும் போலிருந்தது. சொல்லவேண்டாம் போலவும் இருந்தது.

எதிரில் இரண்டு சின்னப் பையன்கள் ஒரு குடையை இழுத்துப் பிடித்து விளையாடிக்கொண்டு நனைந்துகொண்டு வந்தார்கள். மெர்லின் மரினாவின் முன்னால் நின்றுகொண்டு தங்கமீன்களை வேடிக்கை பார்க்க ஆரம்பித்தார்கள்.

# ஓட்டம்

வல்லபா ஸ்ரீநிவாசன்

சென்னையின் அடுக்குமாடிக் குடியிருப்புகளில் ஒன்றான சாஸ்வதாவில் நுழைந்து, 'ஏ' ப்ளாக்கின் லிஃப்ட் அண்டர் சர்வீஸ் போர்டைப் பார்த்து பெருமூச்சு விட்டு, படியேறி நான்காம் மாடியில் வத்தக்குழம்பு வாசனையைத் தொடர்ந்து 35ஆம் நம்பர் ஃப்ளாட்டுக்குள் நுழைந்து, டாய்ஸ் இரைந்து கிடக்கும் ஹாலைத் தாண்டி கிச்சனுள் போனால் - சுஜாதா.

ட்ராக் சூட்டில் வாக்கிங் போகத் தயாராகி, வத்தக்குழம்பை கொதி வந்தபின் அணைத்துவிட்டு எலக்ட்ரிக் குக்கரில் சாதம் வைத்துவிட்டு மணியைப் பார்த்தாள். 4.45 pm என்றது மோட்டரோலா ஜி4.

'பப்லு, ஐபாட் ஆஃப் பண்ணு. டேக் யுவர் ஃபுட்பால், லெட்ஸ் கோ அவுட் அண்ட் ப்ளே...' என்று ஐபாட் க்ளாஷ் ஆஃப் க்ளானில் மூழ்கியிருந்த பப்லு என்று செல்லமாக அழைக்கப்படும் பத்து வயது விக்ரம் க்ருஷ்ணாவைக் கலைத்தாள்.

'இன்னிக்கு ஆதித்யா இல்லமா விளையாட. என்ன பண்றது?' என்று எக்ஸ்க்யூஸ் சொல்லப் போனவனை முறைத்தாள்.

'அட ஆதித்யா இல்லன்னா நெக்ஸ்ட் ப்ளாக் வருண் வரான். சட்டுனு கிளம்பு. உள்ளயே இருந்தா எக்சர்சைஸ் வேணாமா? அம்மா வாக்கிங்

போயிட்டு ஆறு மணிக்கு வந்துடுவேன். அது வரைக்கும் விளையாடணும்.'

'ஜஸ்ட் எ மினிட் மா' என்று விளையாட்டில் மூழ்கினான்.

ஷூவைப் போட்டுக்கொண்டு வாசல் கதவில் சாவியை மாட்டி விட்டுக் காத்திருந்தாள். ஹால் ஜன்னல் வெளியே லேசான மேக மூட்டம் தெரிந்தது. க்ரில் வழியே பார்வை ஏதோ வெற்றிடத்தை நோக்கிச் சென்றது. வரும்போது ஆவின் வழியாக வந்து பால் வாங்கி வந்துவிடவேண்டும். வெண்ணெய்யும். நெய் தீரப் போகிறது. துணிகளை எடுத்தாயிற்று. மழை வந்தால் நனையாது. வந்து மடித்துக் கொள்ளலாம். அப்படியே ஒரு சாண்ட்விச் வாங்கி வந்தால் விளையாடிவிட்டு வரும் குழந்தைக்குக் கொடுத்து ஹோம்ஒர்க் செய்ய வைக்கலாம். ராகவன் வர பத்து மணி ஆகும். தண்ணி லாரி வந்ததா தெரியவில்லை. நேற்று 'புக்கிங் வெயிட்டிங்ல இருக்குமா' என்றார் வாட்ச்மேன். எதற்கும் ஒரு பக்கெட் பிடித்து வைத்து விடவேண்டும். இப்படி வீட்டிலேயே உழல்கிறோமே. இதற்காகவா எம்.எஸ் படித்தோம்? அமெரிக்காவில் பத்து வருடம் வேலை பார்த்தது நானா? மீண்டும் ஆபீஸ் போவேனா...

எம்.எஸ் முடித்து ஐ.டி கம்பெனிகளில் வேலை பார்த்து போரடித்து, ராகவனைப் பார்த்து ஃபேஸ்புக் அப்டேட் செய்து சுஜாதா ராகவன் ஆகி, சந்தோஷமாக கலிஃபோர்னியாவைச் சுத்தி மீண்டும் போரடித்து, அம்மா அப்பாவுடன் இருப்பதே உசிதம் என்று இருவரும் முடிவெடுத்து சென்னைக்கு வந்து இந்தக் குட்டிப் பயலைப் பெற்றெடுத்து...

பார்வை அங்கேயே குத்திட்டு நிற்க எண்ணங்கள் தொடர்ந்தபோதே எண்ணங்கள் காணாமல் போயின. ஓட்டமாக ஓடும் அவசரகதி வாழ்க்கையில் இம்மாதிரி வெற்றுத் தருணங்கள் அசைவின்றிச் செய்துவிடும். மீண்டும் ஒரு காலிங் பெல்லோ, ஃபோனோ உலுக்கும் வரை.

டிங் என்ற வாட்ஸ்அப் யதார்த்தத்திற்கு இழுத்து வந்தது. அம்மா மெசேஜ்.

'நீ வரும்போது காபி பொடி வாங்கி வா. அப்படியே ரிப்போர்ட் ரெடி ஆகியிருக்கும். அதையும் வாங்கி வா.'

வாட்ஸ்அப்பை மூடிவிட்டு மணி பார்த்தாள். 4.55 pm. ஜஸ்ட் எ மினிட் இன்னும் முடியவில்லை பப்லுவுக்கு.

'இப்ப வரப் போறயா இல்லையா?' என்று பிடுங்கி வைத்தாள். ஷூவை மாட்ட வைத்து கதவைப் பூட்டியபோது பக்கத்து வீட்டு

க்ராண்ட் ஃபாதர் க்ளாக் ஐந்து மணி அடித்தது. இந்த மாதிரி ஆன்டிக் சமாசாரங்களைச் சேர்க்கும் அந்தப் பாட்டியை நினைத்து சுஜாதா முகத்தில் லேசாகப் புன்னகை மலர்ந்தது. சட்டென்று உற்சாகமாகி பந்தை உதைத்தவாறு இறங்கிய விக்ரமைத் தொடர்ந்தாள். படியிறங்கியது மேலும் சுறுசுறுப்பாக்கியது. விக்ரம் பி ப்ளாக் வருணைப் பார்த்ததும் பந்தோடு ஓடினான்.

புன்னகையோடு வாக்கிங் ஆரம்பித்தாள். அமெரிக்காவில் வேலை பார்த்தபோது ஏற்பட்ட பழக்கம் வாக்கிங். பின்னர் கொஞ்சம் ஜாகிங். மீண்டும் வாக்கிங் என்று ஒன் அவர். ஆபீஸ் ஸ்ட்ரெஸ்க்கு அது மிகத் தேவையாக இருந்தது. இங்கு வந்தபின்னும் தொடரும் ஒரு விஷயம் இந்த வாக்கிங். என்ன... அங்குபோல அருமையான வாக்கிங் ட்ராக் கிடையாது. லேசான குளிரும், மரங்கள் வரிசையும், கீழே உதிர்ந்து கிடக்கும் மேபிள் இலைகளும், ஒரு சாய்வான கோணத்தில் கலிஃபோர்னியாவை தகதகக்க வைக்கும் சூரியனும்... அது ஒரு உலகம். ஆனாலும் அங்கு ஒரு உயிரற்ற தன்மை இருப்பதுபோல் உணர்ந்தாள்.

சுஜாதாவுக்கு காக்கையுடன் பேசப் பிடிக்கும். காலையில் அவை வந்தமர்ந்து ‘ம்... உணவைக் கொடு’ என்று கரைந்து அதிகாரம் செய்வது பிடிக்கும். மத்தியான அமைதியில் கூவும் குயில், கீச்கீச்செனும் அணில், மாலை வேளையில் கிளிக் கூட்டம், புறாக்கள், மைனா... அப்புறம் அந்த வார்தா புயலில் மரங்கள் விழுந்தபோது கூடிழந்து ஆயிரக்கணக்கில் எழும்பியதே... ஏதோ ஒரு பறவை சின்னதாக... அடேயப்பா, சென்னை நகரத்தில் இவ்வளவு பறவைகளா என்று வியக்கும்படி வானை நிரப்பிய கூட்டம்.

கேட்டுக்கு வெளியே வந்து இடதுபுறம் திரும்பித் தன் வழக்கமான பாதையில் நடையை வேகப்படுத்தினாள். தெரு முனையில் ஒதிய மரம். கோடையில் இலையின்றி குச்சி குச்சியாக மஞ்சள் பூக்களை பொன்போல உதிர்த்து, கோடை முடிந்து தட்சிணாயணம் ஆரம்பிக்கும் பொழுது இளம் பச்சை இலைகளைப் பரப்பி புது மேக்கப்பில் ஜாலம் செய்யும் மரம். அந்த மரமா இது என்று ஆச்சரியப் படவைக்கும். சுஜாதா ஒரு முறை ஃபோட்டோ எடுத்து வைத்துக்கொண்டு ஊர்ஜிதப்படுத்திக் கொண்டாள்.

சென்னை என்றாலே தென்னை மரம், கோடையில் காய்கள் குலுங்கும் மாமரம், சலசல அரச மரம், வேப்ப மரம், இந்த ஒதிய மரம், பரவலாக இருக்கும் சிவப்புப் பூக்கள் நிறைந்த கொன்றை மரம், அங்கொன்றும் இங்கொன்றுமாக பொன் மஞ்சளாக பூக்கள் தொங்கும் சரக் கொன்றை, அரளி... அடுத்த முனையில் திரும்பினாள்.

பேபி அஞ்சு. பெராம்புலேட்டரில் தங்க பொம்மையாக வலம் வரும் அழகு தேவதை. பேபி சிட்டர் மஞ்சுளா அதற்கு வண்ண வண்ண ஃப்ராக் உடுத்தி பளிச்சென்று தினம் அழைத்து வருவாள். வீட்டில் இப்படி வைத்துக் கொள்வாளோ என்று சந்தேகம் வரும் சுஜாதாவுக்கு. இந்த சந்தேகத்தால்தானே வேலைக்குப் போகாமல் இந்த பப்லுக் குட்டியைப் பார்த்துக்கொள்கிறாள்.

அஞ்சுவைக் கொஞ்சிவிட்டுதான் ஜாகிங் ஆரம்பமாகும். சுஜாதாவைப் பார்த்ததும் திராட்சைப் பழக் கண்களுடன் பொக்கை வாயில் சிரித்தது. கையை நீட்டியது. இவள் அதைத் தூக்கியதும் மஞ்சுளா எதிர்சாரியைப் பார்த்து ‘என்ன கோபாலு...’ என்று சென்றாள். அஞ்சுக் குட்டியை அணைத்து முத்தமிட்டுக் கொஞ்சினாள். மெத்தென்று இருந்தது. ‘எப்படியடி உன் அம்மா உன்னை விட்டு விட்டு ஆபீஸ் போகிறாள்’ என்று வியந்தாள். சிறிது விளையாடி விட்டு சீட்டில் அமர்த்தினாள். சிரித்துக் கொண்டிருந்த அஞ்சு சட்டென்று முகத்தை மாற்றி ‘ம்ம்ம்ம்...’ என்று வாயை வைத்துக் கொண்டது. சுஜாதாவுக்குப் புரிந்தது. பப்லு இப்படிதான் கண்ட நேரத்தில் டயாபர் மாற்ற வைப்பான். சாப்பிடும்போது, ஷாப்பிங் பில் போடும்போது... ஓடிப் போய் மாற்றுவாள்.

இதையும் பாவம் ரொம்ப நேரம் இப்படி வைக்க முடியாது. இன்ஃபெக்ஷன் ஆகலாம். மஞ்சுளா மீண்டும் வீடு போகும்போதுதான் அதற்கு மாற்று. அவளும் வழியில் பேசியபடி, சாமான்கள் வாங்கிக் கொண்டு நிதானமாகச் செல்வாள். அதுவரை... கஷ்டம்தான். எதற்கும் சொல்வோம் என்று அவளைத் தேடினாள். எதிர்சாரியில் அந்த கோபாலுடன் பேசிக் கொண்டிருந்தவளை ஜாடை காட்டியதும், இதோ வரேம்மா என்று இவளை நோக்கி ஓடி வந்தாள். அப்போது தான் கவனித்தாள். அந்த மாமா... ஐயோ அவரா?

பின்பக்கத் தெருவில் ஒரு உயர்தரக் குடியிருப்பில் இருப்பவர். இந்த ஏரியா வெல்ஃபேர் அசோசியேஷன் ப்ரெசிடென்டாக இருந்தவர். அமெரிக்காவில் இருந்து வந்தபொழுது சுஜாதாவுக்கு சென்னையை, குறைந்தபட்சம் தானிருக்கும் ஏரியாவை, அங்குபோல் சுத்தமாக வைத்துக் கொள்ளவேண்டும் என்ற துடிப்பு இருந்தது. அசோசியேஷனில் முடிந்தவரை பணியாற்றினாள். அப்போதுதான் சுப்ரமணியன் சாருடன் பழக்கம். பெரிய தனியார் நிறுவனத்தில் பணியாற்றி ஓய்வு பெற்று டைரக்டராக இருப்பவர். கோட் சூட்டுடன் ஜம்மென்று நடந்து வருவார். பொதுவாக அசோசியேஷன் மீட்டிங் பாதி நேரம் சண்டையில் போகும். சார் வந்ததும் சட்டென்று அடங்கும் ஆளுமை. அவர் சொன்னால் கேட்பார்கள். அரசு அதிகாரிகளும் மரியாதையுடன் பேசுவார்கள்.

அவருடன் சேர்ந்து பல நல்ல மாற்றங்களைக் கொண்டுவந்தாள் சுஜாதா. கார்ப்பரேஷன் துப்புரவாளர்களுடன் இணைந்து சுத்தப்படுத்தவும் செடிகள் நடவும் ஏற்பாடு செய்தாள். அதற்குள் பப்லு பிறந்துவிட இவளது பங்கு குறைந்தது. சுப்ரமணியன் தொடர்ந்து பணியாற்றி வந்தார். திடீரென்று அவரைக் காணவில்லை என்றதும் அவர்கள் வீட்டுக்குச் சென்று விசாரிப்போம் என்று போனாள் சுஜாதா. 'வாம்மா' என்ற மாமி கண்ணில் நீர். 'மாமாவைப் பாரு' என்றாள். உள்ளேயிருந்து வந்தவர் 'இவா யாரு?' என்றார்.

'சுஜாதா... ஞாபகம் இல்லையா? உங்களோட அசோசியேஷன்ல இருந்தாளே...'

வெற்றுப் பார்வை. எந்த அசக்கமும் இல்லை.

'நீங்க யாரு?' இந்த முறை கேட்டது மாமியிடம். சுஜாதா அதிர்ந்தாள்.

'ஒண்ணுமே ஞாபகம் இல்லமா. திருப்பி திருப்பி கேப்பார். சொல்லி முடீல. அக்கடானு இருக்க முடில. கதவு திறந்திருந்தா வெளிய போயிடறார். தன் வீடு வாசல் எதுவும் தெரியாது. ரிஸ்க். அதனால பூட்டி வச்சுக்கறேன்.'

'அச்சோ. வேற யாரும் இல்லையா? உங்க பையன்... பொண்ணு...?'

'பையன் டெக்சஸ். பொண்ணு சான் டியகோல இருக்கா. பையன் இப்பதான் வந்துட்டுப் போனான். அவனும் எத்தனை நாள் இருக்க முடியும்? வேலையை பார்க்க வேணாமா? டிசம்பர்ல ம்யூசிக் சீசன்ல பொண்ணு வரேன்னுருக்கா ஒரு மாசம். அவர் தங்கை வருவா. அப்ப கடைக்கு போய்ப்பேன். தினப்படி நான்தான்.'

தான் இந்தியா திரும்பி வந்ததில் லேசாக மனதுக்குள் ஒரு நிம்மதி ஏற்பட்டதை சுஜாதாவால் தவிர்க்க முடியவில்லை. அப்பா கேட்ட அந்த மொபைல் ஃபோனை வாங்கிக் கொடுத்துவிடவேண்டும். மாமிக்கு கலம்காரி புடவை ரெண்டு வாங்கிக் கொடுக்கணும். அம்மாவுக்கு...

'நீங்க யாரு? என்கிட்ட பணமே இல்ல. இந்த மாமி தர மாட்டேங்கறா. எனக்கு ஆத்துக்கு போணும். கொஞ்சம் வாங்கித் தரேளா?'

ஐந்து வயது விக்ரம் 'அம்மா, போலாம் வா' என்று உலுக்கினான்.

'இரும்மா காபி எடுத்துண்டு வரேன்' என்ற மாமியிடம் மறுத்து விட்டுக் கிளம்பினாள்.

பின்னர் ஆறு மாதம் கழித்து மாமாவுடன் வாக்கிங் வரும்போது கொஞ்சம் சமாதானமாகி பழகிப் போயிருந்தாள் மாமி.

'இங்க இப்படி வாங்கோ. இன்னும் கொஞ்சம் வேகமா நடக்கணும். ஜம்முனு நடப்பேளே? ஏன் நிக்கறேள்?' கையைப் பிடித்து அழைத்துச் செல்வாள்.

'கண்டிப்பா வாக்கிங் கூட்டிண்டு போணுமாம் தினமும். அப்பதான் சரியாகுமாம். டாக்டர் வாக்கிங் போகாம விட்ராதீங்கோன்னு சொல்றார்.'

இப்படியே நான்கு வருடம் போனது. அமெரிக்கா பையனும், பெண்ணும் வெகேஷனுக்கு வந்து போனார்கள். மரணம் இரக்கமின்றி இழுத்தவாறு இருந்தது. மாமியும் கொஞ்சம் கொஞ்சமாகத் தளர்ந்து போனாள். மாமா இன்னும். நடுவில் ஒருமுறை பார்த்தபோது மாமி புலம்பினாள்.

'என்னால முடியவே இல்லம்மா. எனக்கே எண்பத்திரண்டு. இவரை இழுத்துண்டு போற வயசா எனக்கு? பையனும் முடியலேனு ரெண்டு வருஷமா வரல. பொண்ணு ஏதோ பதினஞ்சு நாள் வந்தா. அவ மாமனார் போனப்ப. அதுக்கே சரியா இருந்தது. பேரன் பேத்திகளை யும் பாத்து ரெண்டு வருஷமாச்சு. இவரைக் கூட்டிண்டும் போக முடியாது. விட்டுட்டும் போக முடியாது. நானும் இனிமே அமெரிக்கா போவேனா? அவாளையெல்லாம் பாப்பேனா... தெரில.'

அப்புறம் அவர்களைப் பார்க்கவில்லை.

இதோ இப்போது பார்க்கிறாள். நெடிந்து உயர்ந்து பளிச்சென்று இருந்த சுப்ரமணியன் சார். தன் தலை அசைவில் ஒரு கூட்டத்தின் சத்தத்தை அடக்கிவிடும் ஆளுமை படைத்தவர்.

இப்போது கூனிக் குறுகி... லேசான ஒரு அங்கவஸ்திரம்போல இடுப்பில் சுற்றியிருந்தது. அதன்வழியே டயாபர் தெரிந்தது. மேலே ஏதோ பனியன். அவர் அளவுக்குப் பெரிதாக சோபையிழந்து தொங்கியது. காலிரண்டும் லேசாக மடங்கி ஒவ்வொரு அடியும் வலிப்பதுபோல் நடை. கோபால் அவரைப் பிடித்துக் கொண்டிருந்தான். 'ஐயர் ஊட்டம்மாக்கு சுத்தமா மிடிலயாம். கோபாலுதான் அல்லாம்.' மஞ்சுளா சொன்னாள்.

டைரக்டர் சுப்ரமணியன் வெற்றுக் கண்களுடன் லேசாகப் புன்னகைத்தார். அஞ்சு பாப்பா கீ என்றது. மஞ்சுளா அதைக் கொஞ்சி விட்டு வண்டியைத் தள்ளிக்கொண்டு சென்றாள். கோபால் அவரைக்

கைத்தாங்கலாக அழைத்துச் சென்றான். 'கிளி' என்று மேலே பார்த்தார். 'ஆமா கிளி. இருட்டுது பாரு. சீக்ரம் நட.'

சுஜாதாவுக்கு ஒரு கணம் முதுகில் சிலிர்த்தது. சட்டென்று வரும் மரணமே தேவலாம். இந்த கூத்தாடும் மெதுவான மரணம்.... ஒவ்வொரு அங்கமாக இறந்து, தளர்ந்து, களையிழந்து, தானில்லாமலாகி... 'நரைகூடி கிழப்பருவமெய்தி கொடுங்கூற்றுக் கிரையெனப்பின் மாயும்' மரணம். பாரதி அதை முன்சென்று வென்றுவிட்டான்.

தன்னைக் கட்டுக்குள் கொண்டுவர சுஜாதாவுக்குச் சில நொடிகள் பிடித்தது. திரும்பிப் பார்த்தாள். கோபாலும், மஞ்சுளாவும் அவரவர் குழந்தைகளுடன் சென்று கொண்டிருந்தனர். இவர்கள் யார்? அவர்களுக்கு இவர்கள் யார்? சுஜாதா ஜாகிங்கை தீவிரப்படுத்தினாள். டக்டக்டக்டக்... இருபது நிமிடம். மெயின் ரோட்டை அடைந்து ஆவின் வாசலில் ஏதோ நகைக்கடை போட்ட க்ரானைட் திண்ணையில் போய் வியர்த்து மூச்சுவிட்டபடி அமர்ந்தாள். கார்கள் விரைந்த வண்ணம் இருந்தன. லேசாகத் தூறியது.

மேலிருந்து லேசான அந்த இளம் ஊதா நிறப் பூக்கள் லேசாக அப்படியே சுற்றிச் சுற்றி மெதுவாகத் தரையிறங்கி... சில அவள் முகத்திலும் விழுந்தன. கீழே சாக்கடையில் விழுவது பற்றியோ கார்களின் அடியில் நசுக்கப்படுவது பற்றியோ கவலையின்றி மீண்டும் மீண்டும் ரம்மியமாகப் பயணித்து விழுந்து கொண்டிருந்தன.

# மட்ராஸ்

**ஏ. சந்திர சேகர்**

‘அட... தம்மாத்துண்டுபா மட்ராசு... இம்மா பெரிய திருச்சியவே ரவுண்டு கட்டுனவ, இந்தா இருக்கற மட்ராசுக்கு தனியா போவமாட்டாளா... விடுப்பா போயிட்டு வரட்டும்.’

எச்.எம். மாமா எனக்காக அப்பாவிடம் சிபாரிசு செய்து கொண்டிருந்தார்.

‘அ... ஆமா, தம்மாத்துண்டு மட்ராஸ்னு இவரு பாத்தாரு...’ என்று யாரும் அவரைக் கேட்டுவிட முடியாது. ஏனென்றால் அவர் சென்னையை பூர்வீகமாக... இல்லை இல்லை... மட்ராஸை பூர்வீகமாகக்கொண்டவர். அவர் அப்படிதான் சொல்லிக்கொள்வார்.

எண்பதுகளின் ஆரம்பத்திலேயே ஆசிரியராகப் பணியில் சேர்ந்து பதவி உயர்வுடன் பணியிட மாற்றம் பெற்று திருச்சிக்கு வந்தவர். மிக ஏழ்மை யான பின்னணியைக் கொண்டவர்; தன்னை வளர்த்துவிட்ட, தன் தொடர்பை விட்டுவிட்ட அந்த நிலத்தின் மீது எப்போதுமே தீராக் காதல் கொண்டவர். தன்னைச் சுற்றியுள்ளோர் யாராவது அவரவர் பரம்பரை பற்றியோ, சாதி பற்றியோ பெருமை அடித்துக் கொள்ளும்போது தன் தரப்புப் பெருமையாக அவர் எடுத்து வைப்பது ‘மட்ராஸ்’. அப்படியே யாராவது இன்றைய சென்னை பொருட்டு முகச்சுழிப்பு காட்டினால் ‘அதற்கென்ன... ஆமாம்’

என்பதுபோல தலையசைத்து வைப்பார். காரணம், அவரைப் பொருத்தவரை ‘ஏர்போர்ட் இருக்கும் மீனம்பாக்கமே மட்ராஸ் இல்லை, வேண்டுமென்றால் சென்னை என்று வைத்துக்கொள்’ என்பார். அதை ஒருமுறை இப்படி விளக்கினார். ‘தமிழ்நாட்டுக்கு ஒரு நிலப்பரப்பை தலைநகரமாக ஆக்கவேண்டும், அப்படி ஆக்கப்பட்ட தலைநகரை அனைவரும் கொண்டாடும் வண்ணம் அலங்கரிக்க வேண்டும். அப்படிப்பட்ட அலங்காரம்தான் சென்னையே ஒழிய அது மட்ராஸ் இல்லை’ என்றார்.

அதுவுமில்லாமல் ‘இப்போதெல்லாம் சென்னைன்னு டிக்கெட் எடுத்தா தாம்பரத்துல எறங்குவீங்களான்னு கேக்கறான், அவன் செவுல்லயே அறைஞ்சி ‘டே மட்ராஸ்டா’ன்னு சொல்லணும்போல இருக்கும்’ என்றார் ஒருமுறை.

கேட்டால், ‘கைவண்டி இழுத்தவனின் மகன் அப்படிதான் நடந்து கொள்வான்’ என்பார்.

தலைமையாசிரியருக்கான எந்தவித கம்பீரமும், வலுக்கட்டாய மாகப் புகுத்திக்கொண்ட எந்த உடல்மொழியையும் அவரிடம் நான் கண்டதில்லை. அதுவே அவரிடம் என்னை மேலும் நெருக்கம் ஆக்கியது. என் தந்தையும் அதே பள்ளியில் ஆசிரியர் என்பதாலும் எங்கள் வீடருகேயே அவர் குடியிருந்ததாலும் எச்.எம். எனக்கு எச்.எம். மாமாவானார். ஏதாவது ஒரு வகையில் தன் பூர்வீக நிலத்தின் தன்மையைத் தன்னோடு பூசிக்கொண்டு திரியும் இவர் எனக்கு எப்போதும் ஆச்சரியமே.

பள்ளி ஆண்டு விழாக்களின்போது மாறுவேடப் போட்டிக்காக காந்தி, நேரு, அம்பேத்கர் எனத் தலைவர்களாக மேடையேற, ஒருவன் மட்டும் ‘லூஸ் மோகன்’ வேடம் அணிந்து மட்ராஸ் மொழியில் வெளுத்து வாங்குவான், கைத்தட்டல் கிழியும். இப்படி வருடா வருடம் ஒருவன் அவரிடம் சிக்குவான். அப்படி சரியான தேர்வு அமையாத தருணங்களில் என்னை மேடையேற்றி லூஸ் மோகனை அவமானப்படுத்துவார். அதை அவரும் உணர்ந்தே ஒருமுறை விளையாட்டாக ‘நீ மட்டும் லூஸ் மோகன சரியா செஞ்சிடு, நா உனக்கு டபுள் ப்ரொமோசன் தரேன்’ என்கிறவரை இறங்கிப் பார்த்தார். ஆனாலும் என்னவோ எனக்கு ‘க்கம்.பா’வே ஒட்டவில்லை.

எல்லோருக்கும் பள்ளிகள்தான் வெளியுலகக் கதவைத் திறக்கும். ஆனால் நானும் எச்.எம். மாமாவும்தான் அனேக நாட்கள் பள்ளியைப் பிறருக்காகத் திறந்திருக்கிறோம். அப்படிப்பட்ட பாதுகாப்பான வளர்ப்பு என்னுடையது, அதனாலேயே பள்ளி முடிந்து கல்லூரி

என்று வரும்போது சந்தேகமே இல்லாமல் திருச்சியே கதியானது. ஆனால் இப்போது இறுதி ஆண்டு, நானும் தோழியும் சேர்ந்து செய்த ஆராய்ச்சிக் கட்டுரை மாநில அளவில் தேர்வாகி இறுதிச் சுற்றுக்காக சென்னை செல்லவேண்டி உள்ளது. நானும் என் தோழியும் சேர்ந்து செல்வதாக இருந்த இந்தப் பயணம் திடீரென திசைமாறி அவள் அவளது உறவினர் வீட்டிற்குச் செல்லும் பொருட்டு இரண்டு நாட்கள் முன்பாகவே சென்னை சென்றுவிட, இப்போது நான் மட்டுமே தனியாகச் செல்லவேண்டி உள்ளதால், என் தரப்பைப் பேசி என் பெற்றோரைச் சம்மதிக்க வைக்க எச்.எம். மாமாவை அழைக்க வேண்டியதாயிற்று.

இரு தரப்பு வாதமும் கேட்கவே அரை நாள் ஓடிவிட்டது. இன்று இரவு புறப்பட்டால்தான் காலையில் சென்னையை அடையமுடியும். இடம் இராணி மேரி கல்லூரி. காலையில் பூக்கடை வந்ததும் தன்னை தொலைபேசியில் அழைக்குமாறு சொல்லியிருந்தாள் தோழி.

இரவு பகலாக உழைத்த கட்டுரை, அதில் என்னுடைய பங்குதான் அதிகம். நானில்லாமல் என் தோழி மட்டும் இறுதிச் சுற்றில் பரிசு பெறுவதைக் காட்சிப்படுத்திப் பார்க்கவே, எனக்குக் கண்களில் இருந்து கண்ணீர் ஊற்றெடுக்க ஆரம்பித்தது. தாரை தாரையாகக் கண்ணீர் வர, இரு தரப்பும் சற்று அமைதியாகி என் பக்கம் திரும்பினர். ஒரு வழியாக நான் தனியாக சென்னை செல்லலாம் என முடிவானது.

திருச்சி பேருந்து நிலையத்தில் இருந்த கூட்டத்தில் சரிபாதி என் உறவினர். எச்.எம். மாமா நான்கைந்து தொலைபேசி எண்கள் இருந்த துண்டுச் சீட்டை என் கையில் திணித்தார்.

‘எதுனா னா… ஒடனே இதுல எதுனா நம்பர்க்கு கூப்புடு… எம்பேர சொல்லு… னா…’ என்றார் அதட்டலாக. நான் பேருந்தில் ஏற்றப்பட்டு சென்னைக்குப் பயணமானேன்.

இரவும் என்னோடு புறப்பட்டு எனக்கு முன்பாகவே விட்டு விலகிச் சென்றிருந்தது.

முன்னிருக்கையில் இருந்தபடியே நடத்துநர் ‘யாருமா அது, எறங்குங்க… ஸ்டாப் வந்துடுச்சி பாரு…’

தூக்கம் கலைந்து சுற்றும் முற்றும் பார்த்தேன். பேருந்து காலியாக இருந்தது. ஜன்னல் வழியே பார்த்ததில் பூக்கடைக்கான எந்த லட்சணமும் இல்லாததை உணர்ந்து நடத்துநரை நெருங்கி, ‘சார், நா பூக்கடை’ என்று முடிப்பதற்குள் ‘ஆ… ஆ இத்தா எறங்கு… எறங்கு’ என்றார். என் அகராதியில் பூக்கடை என்பதற்குப் புது அர்த்தத்தை

உண்டு பண்ணிவிட்டு விலகிச் சென்றது அந்தப் பேருந்து. இன்னும் விடியாத இருட்டு. கையில் இருந்த பைகள் இரண்டையும் தோளில் மாட்டியபடி சாலையை நோக்கி நடந்தேன். எங்கிருந்தோ காற்றில் மிதந்தபடி லேசான மல்லிகை வாசம் என் சுவாசக் குழாயை நிரப்பி விடைபெறும் முன், அருகில் ஒரு கடையில் இருந்து இடியாப்பம் எடுக்கும்போது எழும் சூடான ஆவி நாசியில் குறுக்கிட்டு என் மென்னுணர்வைக் கலைத்தது.

கூடவே 'அம்மா... அம்மா...' என்றொரு குரல் என்னைப் பின்தொடர, நானும் ஏதேச்சையாகத் திரும்பிப் பார்க்க, முகம் முழுக்க தாடியுடனும், சீவாத கேசத்துடனும், அழுக்குப் போர்வை போர்த்தியபடி ஒரு பெரியவர் என்னை நெருங்கி வருவதைக் கண்டேன். சற்றே உடல் வெலவெலத்துப் போனது. அவர் பிச்சை கேட்கிறார் என்பதை உணரச் சற்று நேரம் எடுத்தது. உச்சகட்ட பதற்றத்தில் இருந்தேன். அவசரகதியில் பர்ஸை எடுத்து கையில் மாட்டியதை எடுத்து அவர் கையில் திணித்து வைத்தேன். அவர் என்னிடமிருந்து விலகியவுடன்தான் எனக்குப் புரிந்தது நான் முழு ஐம்பது ரூபாய்த் தாளைப் பிச்சையாகக் கொடுத்திருக்கிறேன் என்று.

சற்று நிதானத்துக்கு வந்த பின்பு மீண்டும் இடியாப்ப ஆவி. இம்முறை லேசாகப் பசித்தது. அருகில் இருந்து ஒரு சிறுவன் 'அக்கா, வாங்...க்கா... டீயா...? காப்பியா...? ஹார்லிக்ஸ் பூஸ்ட்கூட க்குது க்கா...' என்றான். அந்த நேரத்தில் ஹார்லிக்ஸ் பூஸ்டை விட அவன் அழைத்த அக்கா என்ற வார்த்தை அதீதத் தேவையாக இருந்தது. எனவே அவன் அருகில் சென்று ஒரு ஹார்லிக்ஸ் என்றேன். கண்ணாடி டம்ளரை என்னிடம் நீட்டி விட்டு 'பிஸ்கட் ஏதாவது வோணுமாக்கா?' என்றான்.

குடித்துமுடித்து பணம் செலுத்தவேண்டி என் பையைத் தேட, நான் வைத்த இடத்தில் பையைக் காணவில்லை. சுற்றும் முற்றும் பார்த்தேன், எங்கேயும் இல்லை. நான் பையைத் தொலைத்துவிட்டேன், அதுவும் பணம் இருந்த பையை. சத்தியமாக என்ன செய்வதென்றே எனக்குப் புரியவில்லை. உடல் வியர்த்து கால்கள் நடுங்க ஆரம்பித்து விட்டது. அருகில் இருக்கும் காவல்நிலையத்தை அணுகவேண்டும் என மூளை சொன்னாலும் உடலும் மனமும் அதைச் செயல்படுத்தும் திராணியற்று ஒடுங்கிப் போயிருந்தது. மனம் என் தந்தையின் அருகாமையைத் தேடியது. அவர் இல்லாததை உணர்ந்த அடுத்த கணம் அழுகை பீறிக்கொண்டு விட்டது. அதே சமயம் பயமும். அழுதுவிடக் கூடாதென மூச்சை இழுத்துப் பிடித்துக்கொண்டேன். நேரம் ஆக ஆக டீக்கடையில் கூட்டம் சேரத் தொடங்கியது.

கடைப் பையன் ஓரப்பார்வையில் அடிக்கடி வந்து என்னைப் பார்த்துக்கொண்டான். சூரியன் மேலெழும்பி வெளிச்சம் பரவத் தொடங்க, என் இந்த இயலாமை எனக்கே கேவலமாக இருந்தது. ஒரு அசாதாரணச் சூழலில் நான் இப்படி ஒரு கையறு நிலையில்தான் இருப்பேன் என்பது அப்பாவுக்கு முன்னமே தெரிந்திருக்கிறது. அவர் பயந்ததுபோல் ஆகிவிட்டது, நான் இதற்கெல்லாம் லாயகில்லை தான் போலும். நேரம் கடந்து கொண்டிருந்தது. ஒருகட்டத்தில் என்னாலும் அடக்க முடியாமல் முகம் பொத்தி அழுதேவிட்டேன்.

அப்போது அருகிலிருந்து 'ஏம்மா அழுவுறே?' என்றது ஒரு குரல்.

நிமிர்ந்து பார்த்தேன், அதே பிச்சைக்காரர். இம்முறை அவர் முகம் பழக்கப்பட்டுவிட்டது அல்லது அவரைக் காட்டிலும் மிகப்பெரிய ஒன்று என்னை பயமுறுத்திக் கொண்டிருந்தது. யாராவது இப்படிக் கேட்பார்களா என்று காத்திருந்ததுபோல் பீறிக்கொண்டு வந்து விழுந்தது. 'பணம் இருந்த பையை தொலைச்சுட்டேன்' என்று தேம்பித் தேம்பி அழுதேன்.

சற்றே அமைதிக்குப் பிறகு, அவர் தன் அழுக்குப் பையில் துழாவி ஐம்பது ரூபாயை எடுத்து என்னிடம் நீட்டிவிட்டு 'எது வரைக்கும் போவணும்?' என்றார்.

எனக்கு மேலும் அழவேண்டும்போல் இருந்தது. மெதுவாகக் கண்ணீரைத் துடைத்தபடி,

'QUEEN MARY'S' என்றேன்.

'தெரிஞ்சவங்க ஃபோன் நெம்பர் எதுனா கீதா...'

'இல்ல.'

இன்னுமொரு ஐம்பது ரூபாயைக் கையில் திணித்து,

'இங்கிருந்தே ஆட்டொ புடிச்சிக்க, நேரா போயி லெஃப்ட் எட்த்தீனா, ஆட்டொ ஸ்டாண்டு... ன்னா...' என்று என் பதிலுக்காகக் காத்திருந்தார். நான் சற்றே பயம் தெளிந்து அவர் முகம் பார்க்க,

'இன்னா... டீக்கு துட்ட நா குட்த்துட்றே...' என்றவாறே கீழே இருந்த இன்னொரு பையை எடுத்து பென்ச் மீது வைத்தார். நான் புது ரத்தம் பாய்ந்ததுபோல் எழுந்து பையை எடுத்துக்கொண்டு அந்தப் பிச்சைக்காரர் இயக்கியதுபோல் நேராகச் சென்று வலது புறம் திரும்பி ஒரு ஆட்டோ பிடித்துகுயீன்மேரிஸை அடைந்தேன்.

நேரம் ஆகியும் நான் அழைக்காததை உணர்ந்த என் தோழி என் வீட்டிற்கு அழைக்க அவர்கள் அலறிக்கொண்டு கல்லூரிக்கு அழைத்து விவரம் கேட்க, அந்தச் சமயம் நான் அங்கு செல்ல ஒரு வழியாக சம்பவம் முடிவுக்கு வந்தது.

இதை நான் சம்பவம் என்று விளிப்பதற்குக் காரணம், இந்தச் சம்பவத்திற்குப் பிறகுதான் நான் எவ்வளவு பலவீனமாக இருக்கிறேன் என்பது எனக்கே புரிந்தது. அந்தப் புரிதலே என் முதுகலை படிப்பை குயீன் மேரிஸிலேயே படிக்க என்னை உந்தியது. இந்த முறை எச்.எம். மாமாவுக்கு அவசியமில்லாமல் நானே அப்பாவிடம் வாதிடச் செய்தது. பின் அதே கல்லூரியில் பகுதி நேர விரிவுரையாளராகவும் இப்போது முழு நேரமாக என என் வாழ்க்கையைக் கட்டமைத்த மிக முக்கிய நிகழ்வாக மாறியது. இத்தனை ஆண்டுகளில் எனக்கு வசிப்பிடமாக மாறிப்போன இந்த நகரம் என்னை சென்னைவாசியாகவே உணர வைத்துவிட்டது. அந்தப் பிச்சைக்காரர் மட்டும் அன்று இல்லாமல் இருந்திருந்தால் கண்ணகி சிலைக்கு அடுத்தபடியாக நான் அங்கேயே சிலையாகியிருப்பேன் என்றே தோன்றுகிறது.

இப்படி என் வாழ்க்கையில் மிக முக்கிய நிகழ்வாகக் கருதப்படும் பூக்கடை பஸ் ஸ்டாண்ட் கோயம்பேடுக்கு மாற்றப்பட்டபோது என்னளவு யாரும் வருத்தப்பட்டிருக்க மாட்டார்கள். அதன் பின் எனக்கும் பூக்கடைக்குமான போக்குவரத்து வெகுவாகக் குறைந்துவிட்டது.

இத்தனை ஆண்டுகளுக்குப் பிறகு இது இவ்வளவு ஆழமாக என் நினைவுகளில் துளிர்க்கக் காரணமிருக்கிறது. நேற்றைய முன் தினம் பாரீஸ் கார்னர் செல்ல நேரிட்டது. சென்ற இடத்தில் செருப்பு அறுந்துவிட அதைத் தைக்க வேண்டி முன்பு பஸ் ஸ்டாண்ட் இருந்த இடத்திலிருந்து இரண்டு தெருக்கள் கடந்து பிளாட்பாரத்தில் ஒரு கடையைக் கண்டேன்.

கிட்டதட்ட பதினேழு என்று நினைக்கிறேன், இத்தனை ஆண்டுகளுக்குப் பிறகு அந்தப் பிச்சைக்காரரின் முகத்தை என் நினைவுகளில் மீட்டெடுத்ததுபோல் என் முன்னால் அமர்ந்து செருப்பு தைத்துக் கொண்டிருந்தார் அந்த முதியவர். நான் பார்த்தது கண்டிப்பாக எனக்கு உதவிய பிச்சைக்காரரின் முகம்தான். எனக்குள் நிகழ்ந்த இந்த நினைவூட்டல்கள் எல்லாம் ஒரு புள்ளியில் சேர்ந்த போது பூரிப்பாக இருந்தது. ஆம், எச்.எம். மாமா சொன்னதுபோல் தம்மாத்துண்டுதான் மட்ராஸ்.

மறுநாளே அவரை மீண்டும் சந்தித்து நடந்ததை எல்லாம் எனக்கே உரித்தான பூரிப்பும் நெகிழ்வுமாகச் சொல்லி முடித்தேன்.

‘அப்படியாமா... தெரிலயேமா...’ என்றார் எந்தவிதச் சலனமும் இன்றி.

ஐந்நூறு ரூபாயை எடுத்து அவரிடம் நீட்டி, ‘இந்தாங்க வச்சிக்கோங்க’ என்றேன்.

‘அதா செருப்பு தச்சதுக்கு (இருமல்) நேத்தே துட்டு குத்துட்டல... (இருமல்) இது எதுக்கு?’

‘பரவாயில்ல, வச்சிக்கோங்க...’

அவர் என் முகத்தை ஊடுருவிப் பார்த்துவிட்டு லேசாகச் சிரித்தார்.

‘ஏன் சிரிக்கறீங்க, ஞாபகம் வந்துடுச்சா?’

‘நா உனக்கு ஒதவி பண்ணிகின்னனானு தெர்ல, ஆனா எந்த நாள்லயும் நா பிச்சலா எத்ததில்ல தெர்தா...’ இந்த முறை அவர் தாடிக்கும் மீசைக்கும் இடையில் ஒரு நமட்டுச்சிரிப்பை என்னால் உணரமுடிந்தது.

சற்று மிரட்டலாகவே ‘அப்போ... அன்னிக்கி பஸ் ஸ்டாப்ல என்ன பண்ணிட்டு இருந்தீங்க...’

தைத்துக் கொண்டிருந்த செருப்பை ஓரமாக வைத்துவிட்டு என் பக்கம் திரும்பினார்.

‘இன்னா ஒரு பாஞ்சி வருசம் இருக்குமா... அப்பலா பிக்பாக்கெட்தாமா தொழிலு. பஸ்ஸ வுட்டு எறங்குறவங்க கைல ரெண்டு மூணு பை இருக்கும், துட்ட கைல வச்சிகிறாங்களா இல்ல ஜோபில வச்சிகிறாங்களானு தெரிஞ்சிக்குறதுக்கோசோ அப்டி ஒரு ஆக்ட்டு, அந்த கோஸ்டிலயே நாந்தான் பெரியவ, அதுவுமில்லாம நல்லா மூஞ்சி பூரா முடியா வச்சிருப்பனா... ஆமா எம்மாந்துட்டு உட்ட...’

எனக்கு முன்னால் இதுநாள் வரை தொங்கிக் கொண்டிருந்த, நான் வெகுவாக ரசித்த தலைகீழ் ஓவியத்தை ஒரு நொடியில் திருப்பிப் போட்டு அதன் உண்மை அழகை எனக்கு அறைந்து சொல்லியது போலிருந்தது.

‘எம்மாந்துட்டு உட்ட?’

நான் மீண்டு வந்து பின், ‘ரெண்டாயிரம் ரூபா’ என்றேன்.

சற்று ஒருக்களித்து தன்னிடம் இருந்து 70 ரூபாயை எடுத்து நீட்டி,

‘இந்தாமா, நேத்து உன்னாண்ட வாங்குன காசு… வச்சிக்க… ஏற்கெனவே என்னால நஷ்டப்பட்டுகுற…’

‘வேணாம் தாத்தா, பரவாயில்ல.’

‘இந்த காசால எனக்கு ஒண்ணும் பெர்சா யூஸ் இல்ல.’ நான் வாங்க மறுத்து பேச்சை வேறு திசைக்கு மாற்றினேன்.

‘உங்க வீடு எங்க இருக்கு? பூர்வீகமே மட்ராஸ்தானா?’

‘அப்பிடி அர்த்தமால எனக்கு தெரியாது, எந்தாத்தா கூவத்துல துணி தோய்க்கும்போது அட்சினு போன துணிய எடுக்க போயி துணியோட பூட்டாருனு சொல்லுவாங்கோ… எ அப்பா இங்கதான் செருப்பு தச்சினு இருந்துச்சு, நானும் இங்கதா திருடிகுனு சுத்தினு இருந்தேன்.’

‘உங்க குடும்பம்…’ என்று இழுத்தேன்.

‘அதெல்லா குது, ஏதோ ஏ ஆத்தா புண்ணியத்துல, திருடிகுனு சுத்தினு இருந்தவனுக்கு மீன்பாடி வண்டி எத்து குத்து கல்யாணம் செஞ்சி வச்சுது. அப்பொகூடோ பார்ட் டைம்தான் வண்டி இழுக்கற தெல்லாம். ஃபுல் டைம் பிக்பாக்கேட்தான். பாரீஸ் பஸ் ஸ்டாண்ட்ல மொத மொத கலர் ஃபோட்டோ போட்டு வார்னிங் போஸ்டர் ஒட்டுனது எனக்கும் எங்கூட்டாளிங்களுக்கும்தான். ஒரு தபா எங்கோயரினு இஸ்துனு போயி ஏ தோஸ்து ஒருத்த லாக்கப் டெட் பண்ணிட்டானுங்கோ. அதுல பயந்துகுனு ஆளாளுக்கு ஒரு டரெக்ஸன்ல ஓட்டானுங்கோ. ஒருத்த பைத்தியம் புச்சி சுத்தினு இந்தான், அக்சிடென்ட் ஆயி ஒரு நாள் ஃபுல்லா பாடி ரோட்லயேதான் கெந்துது. இன்னோர்த்த வட நாட்டுக்கு பொருள் மாத்த போயி பெரிய ஆளாயிட்டானு சொல்லுவாங்கோ. கேக்கசொல்லோ பெருமையா இருக்கோ.’

‘உங்க பிள்ளைக இப்ப எங்க இருக்காங்க?’ என்று இடைமறித்தேன்.

‘இருக்கானுங்கோ… கொல்த்து வேல செஞ்சிகுனு இருக்கானுங்கோ, ஊரத்தாண்டி.’

‘ஏ நீங்க போனதில்லையா?’

‘சொந்த ஊர்ல வக்கத்தவந்தான் ஊரூரா திரிவா, நா ராஜா மாரி இருந்த ஊர வுட்டுட்டு எங்கனா போயி சோறு துன்னா, திங்குறது வயித்துக்கு போவுமே தவறோ மனசுல ஏறாது.’

‘எங்க தங்கி இருக்கீங்க?’

‘இங்கதான் ப்ளாட்பாரத்துல... என் தாத்தா குட்ச கட்டி இருந்தாரு, எங்கப்பன் ரோட்டோரமா தகரம் கட்டி ஒண்டிக்குனு இருந்தா, என்னை ப்ளாட்பாரத்துக்கு தள்ளிட்டானுங்கோ, என்புள்ளங்கல ஊர உட்டே வெரட்டிட்டானுங்கோ...’ முகம் இறுகிப் போனது.

சற்று இடைவெளி விட்டு ‘நா பேண்ட எடத்துல மாடி மாடியா கட்டிக்குனு, ப்ளாட்பாரத்துல கூட சேக்க மாட்றானுங்கோ ங்கொம்மால தேவிடியா பசங்கோ, கேட்டா பொலிஸ வுட்டு வெரட்டுறானுங்கோ...நான்லா இந்த ஊர வுட்டு போனேன்னா இந்த ஊருக்குனு யாரும் இல்லாத பூடுவாங்கோ பாத்துக்கோ... எந்தாத்தன் பாத வெட்டி, குட்ச போடாத வுட்டுருந்தானா இந்த கண்ணாடி ரூம்காரனுங்களா இங்க வந்துருப்பானுங்களா...’

எனக்கும் என் வீடு பிடிக்கும்தான். ஆனால் அந்த வீடு என்னை ஒரு குப்பையாக மதித்தபின்னும் அங்கேயே தொடர்வேனா என்பது சந்தேகமே.

ஆழ்ந்த யோசனையில் இருந்து மீண்டவர் 70 ரூபாயை என்னிடம் நீட்டி பெற்றுக்கொள்ள வற்புறுத்தினார். நான் நீண்ட நேரம் மறுத்துப் பார்த்தும் முடியாமல் அங்கிருந்து கிளம்ப முற்பட, எழ முடியாமல் தள்ளாடியபடி எழுந்து வந்து காசை என்னிடம் கொடுத்துவிட்டு,

‘இந்த துட்டெல்லா நமக்கு தேவ இல்லமா... என்னிக்காவது இந்த ப்ளாட்பாரத்துல செத்துட்டு கெடந்தனா, கார்பரேசனுக்கு மட்டும் ஃபோன் பண்ணி சொல்லிடுமா... அது போதும்’ என்று சொல்லி பிய்ந்துபோன செருப்புக் குவியலுக்குள் தள்ளாடியபடிச் சென்றமர்ந்தார்.

எனக்கு ஒன்று மட்டும் புரிந்தது, நான் இப்போது சென்னைவாசிதான், ஆனால் நிச்சயமாக என்னால் மட்ராஸ்காரனாய் மாற முடியாது.

அடுத்த முறை எச்.எம். மாமாவைப் பார்த்தால் கண்டிப்பாக ‘மட்ராஸ் தம்மாத்துண்டு இல்லை’ என்பதைச் சொல்லவேண்டும்.

# அசுவத்தாமா

ந. பானுமதி

அந்த கம்பீரமான கதவினைப் பார்க்கவே அத்தனை ஆசையாக இருந்தது. கிட்டதட்ட இருபது வருடங்களுக்கு முன் அப்பாவுடன் ஒரு சிறு பெட்டியும் பையுமாக மலைத்து அந்தக் கல்விக்கூடத்தைப் பார்த்ததும் பயந்ததும் இன்னமும் பசுமையாக நினைவிருக்கிறது. அப்பாவின் முகத்தில் பெருமிதமும் ஆனந்தமும்; இவனுக்கோ இப்பொழுதே ஊருக்குத் திரும்பிவிட்டால் போதும் போல் இருக்கிறது. அப்பாவும் சாதாரணப்பட்டவரில்லை. இயற்பியல் பேராசிரியர். தொழில் நுட்பக் கல்வியில் இவன் சிறக்கவேண்டும் என்பது அவர் கனவு.

‘இங்க பாருப்பா, இதில் படிக்கவோ, வேலை செய்யவோ எனக்கு கொடுத்துவைக்கல. உன்மூலமா அது கிடைச்சுதுன்னா வேறென்ன வேணும் எனக்கு. நினைச்சா முடியாததில்ல. இன்னைய தொழில் நுட்பம் முக்காவாசி எனக்கும் தெரியும். ஆனா, சொல்லித்தரவனா மட்டுமே இருந்துட்டேன்... ஒரு ஆராய்ச்சியாளனா, கண்டுபிடிப்பவனா, மேலும் மேலும் தேட்றவனா நான் ஆகல்ல. எங்கிட்ட படிச்ச விஜயேந்திரன், சமது, ராஜன்னு இங்க உனக்கு சீனியரா படிக்கறாங்க... அவங்களோட பழகு, என்ன புரியறதா?’

இவன் வெறுமே தலையாட்டினான்.

‘எத்தனை அழகான இடம் இது. இந்தப் பக்கம் அடையாறு, அந்தப் பக்கம் வளர்ந்துண்டு வர வேளச்சேரி. இன்னொரு பக்கம் பார்த்தாலோ தரமணி. நேரு போன்ற தீர்க்கதரிசியின் கொடை இந்த ஐ.ஐ.டி. எத்தனை பொருத்தமா சர்தார் படேல் தெருன்னு பேர் வச்சிருக்கா பாரு. அந்தக் காலத்ல, காட்டில குருவ தேடிப் போய் படிச்சாளாம்; இங்க பார்த்தா எத்தனை மரம், செடி, கொடி. உண்மையில குருகுல வாசம் வாய்ச்சிருக்கு உனக்கு. அட அட மான் ஓட்றது பாருடா. எத்தனை பறவைகள்; இந்தப்பக்கம் பாருடா, ஏரி. கேம்பஸ்ஸே அசத்தறது. பேசாம என்ன சேத்துண்டா நானும் படிக்க வந்துடுவேன்.’

அப்பா தன் இயல்பை மீறி உற்சாகக் குரலில் பேசிக்கொண்டிருந்தது இப்பொழுதும் வார்த்தை வார்த்தையாக அவனுக்கு நினைவிருக்கிறது.

இருநூறு ஹெக்டேர் பரப்பளவில் கல்விக் கோயிலென நிற்கும் இதில் எத்தனை எத்தனை அறிஞர்கள் உருவாகியுள்ளனர். எத்தனை ஆராய்ச்சிகள் கிட்டதட்ட நூற்றுக்கும் மேற்பட்ட ஆய்வகங்களும், பரிசோதனைச் சாலைகளும். இங்கு கட்டடச் சுவர்கள் கூட அறிவை அறிந்திருக்கும். மர நிழல்கள் விவாதங்களை கிரகித்திருக்கும். பசுங்கிளைகளை கரங்கள் எனத் தாழ்த்தி வணங்கியிருக்கும்.

அஸ்வத் ஆய்வகப் பூங்காவைத் தாண்டி மூளைத் திறனாய்வுப் பகுதியின் உள்ளே சென்றான். உணர்கதவு திறந்து மூடிக்கொண்டது. கீழ் தரைதளத்தில் மற்றுமொரு ‘பயோ மெட்ரிக்’ கதவு திறக்க அவன் புன்னகைத்தான். அங்கே விஜயேந்திரன் அமர்ந்து கணினியில் ஏதோ செய்து கொண்டிருந்தான். இவன் வடிவமைத்த மீ-வயலினில் சங்கராபரணம் கசிந்து கொண்டிருந்தது. வெள்ளி நுண் துகள்களை உலோகக் கலவையின் அணு இடைவெளிகளில் பொருத்தி மீ-நுண் தொழில்நுட்பத்தில் வடிவமைக்கப்பட்ட அது கையளவே ஆன இசைக் கருவி. அதில் எந்த சங்கீதத்தையும் - கர்னாடிக், இந்துஸ்தானி, மேற்கத்திய மரபிசை, ஜாஸ், மெல்லிசை, காட்டிசை, நாட்டுப் புறமென எதையும் இசைக்கலாம். தொட்டு வாசிக்க விரும்பினால், அதைக் கையில் வைத்திருந்தால் போதும், மனதில் இருக்கும் இசையை அது வாசித்துவிடும். அவன் அதை மால்கோஷிற்கு மாற்றினான்.

‘உன் திசுப் பொறியியல் எந்த அளவில் இருக்கிறது?’ என்றான் விஜயன்.

‘வாட்சன், க்ரீக் சொன்ன அடிப்படை இணைத்தலில் முன்னேற்றம் உள்ளது. எந்திர வேதியியல் சற்று காலை வாருகிறது.’

‘எதில், டிசைனிலா?’

'அப்படி சொல்லமுடியவில்லை. நொதிகள் ஒன்றான மூலக்கூறுக்காக பாடுபடுகிறேன்.'

'என்னது! என்ஸைம்ஸ் எல்லாவற்றையும் ஸப்ஸ்ட்ரே செய்யவா?'

'ஆமாண்டா, நான் தமிழ்ல சொன்ன உடனே நீ மேஜர் சுந்தர்ராஜனைப் போல இங்கிலீஷ்ல சொல்லு.'

'சரிடா, மாலிக்யூல்ஸ் சிலிக்கானா, உயிரணுவின் மூலக்கூறுகளா?'

'கலப்புடா. உயிரணு மூலக்கூறுகளின் அணுக்களுக்கு இடையே 0.12-0.15 நேனோ மீட்டர் இடைவெளியிருக்கிறது. டி.என்.ஏ.வின் இரட்டைச் சுருள் விட்டம் இரண்டு நேனோ மீட்டராக இருக்கிறது. சிலிக்கான் கூறுகள் இதனுடன் பிணைந்தால், வடிவமைப்பின் இடம் குறையும், செயல்திறன் அதிகரிக்கும்.'

'இதனால்?'

'ஒவ்வோர் உயிரணுவின் சிறிய சூழலிய செயல்பாடுகளை இவை தனதெனக்கொண்டு நெடுநாள் உயிர்த்திருக்கும்.'

'மீ-நுண் தொழில்நுட்பத்தில் பாலிமெர்ஸ், செராமிக்ஸ், 3 டி ட்ரான்சிஸ்டர்ஸ்... இதைப் பற்றி தெரியும். ஆனால், நீ சொல்வது மந்திரக் கதைபோல் உள்ளது.'

'டேய், நேனோ டெக்னாலஜி எங்கோ போய்விட்டது - செயலற்ற, செயலுள்ள, உயிர்த்திறமுள்ள, 3 டி நேனோ சிஸ்டமென, உயரத்திற்கு சென்றுவிட்டது; ப்ரோடோடைப் ஒளியியலின் துணையோடு வலம் வந்து கொண்டிருக்கிறது. படினிலை அமைப்புக் கலையும், ரோபோடிக்ஸூம் அணுக்களின் இடைவெளியில் புகுத்தப்படும் நேனோ பொருட்களால் வடிவம் சிறுத்து, செயல் பெருத்து என்னவொரு மார்வெல்!'

'ஸோ, செயல்படும் உயிரிகளை மூலக்கூறுகளின் மிமிக்ரியோடு செயல்படச் செய்து அவற்றின் ஆயுளை நீட்டிக்கப் போகிறாய்...'

'மிகச் சரியாகச் சொன்னாய். நாம் அனைவருமே செல்களால் ஆனவர்கள். அதை தேயாமல் தடுத்துவிட்டால், மூளையின் நியுரான்கள் செயல்பட்டுக்கொண்டேயிருந்தால், மூப்பு தடுக்கப் பட்டால், மரணத்தை வென்றுவிட்டால்...'

'மீ நுண் தொழில்நுட்பமும், எந்திர வேதியியலும், திசுப் பொறியியலும்... கேட்பதற்கு நன்றாக இருக்கிறது. ஒன்று சொல்...

இந்த கலப்பட இணைப்பில் சிந்தெடிக் என்ஸைம்ஸ் ஊக்கியாக செயல்பட வேண்டுமல்லவா? அதனால் ஏற்படும் பாதிப்புகளை அறிவாய் அல்லவா?'

'ஒன்று மட்டுமே கணிதத்தில் இருந்தால் என்ன பயன்? பூஜ்யமும் வேண்டும் அல்லவா?'

'கண்ணுக்கு தெரியாமல், களவு போகும் மனித வாழ்வு நீடித்து என்ன பயன்?'

'எதையடா வாழ்வு என்கிறாய்? இயற்கையின் சவால்களை எதிர்கொள்ளாத வாழ்வு என்ன தரும்?'

'ஏற்கெனவே முன்னேறிய நாடுகள் அவர்களது ராணுவத்தில் வடிவமைத்துள்ள பொருட்கள் ந்யுட்ரான் குண்டுகளை விட கொடியவை. சிந்தெடிக் உயிரினங்களை அமைப்பதன் மூலம் பூமியில் இன்னமும் தவறு செய்கிறீர்கள்.'

'அப்படி இல்லை. உடலில் ஒரு உறுப்பு பழுதானால் இந்த தொழில்நுட்பம் எப்படி உதவும் என நினைத்துப் பார்.'

'உண்மை. ஆனால், உன் ஆராய்ச்சி உயிரிலிருந்து நிலைத்த உயிரை அல்லவா படைக்க நினைக்கிறது.'

'அதில் தவறென்ன? வித்திலிருந்து ஒரு மரம், அதன் விதையிலிருந்து ஒரு மரமென ஏன் இருக்கவேண்டும்?'

'சற்று வெளியே வா. இந்த கேம்பஸை பார். இளந்தளிருடன் செடியாக, வண்ண மலருடன் கொடியாக, விரிந்த கிளைகளுடன் மரமாக எத்தனை விதம்! சிந்தெடிக் மரங்களில் இந்த அணில்கள் விளையாடுமா? துள்ளும் இந்த மான்கள் ரோபோடிக் கால்களுடன் இப்படி ஓட முடியுமா? இளமையில் மட்டுமே மனிதன் நிலைத்துவிட்டால், அவன் சாதித்ததாக நினைக்க முடியுமா?'

'ஹோல்ட், ஹோல்ட். நான் ரொமேன்டிக்காக கனவு காண்பவனில்லை. என்னால் நிச்சயமாக வெல்லமுடியும். இரவு, பகல் பாராது என் உயிரைக் கொடுத்து, மாலிக்யூள்ஸ் இஞ்சினியரிங் செய்து, திசுக்களின் வடிவமைப்பை மாற்றி, என் ஆராய்ச்சிக் கூடத்தில் பர்ஃபெக்ட் மனிதன் பிறப்பான். அஸ்வத்தாமனாக என்றும் இருப்பான்.'

'ஐயோ, அது சாபமடா...'

'இல்லை, மை டியர் ஃப்ரண்ட், அது வரம்.'

எத்தனையோ எதிர்த்தாலும், நண்பனின் ஆய்விற்கெனத் தன் திசுக்களை விஜயன் அளிக்க மறுக்கவில்லை. ஆனால், வனிதாவின் சம்மதம் அவ்வளவு எளிதில் கிடைக்கவில்லை. மாதிரி திசுக்களைப் பெறுவது ஒன்றும் கடினமான செயலில்லை. எதற்காக என்று சொல்லாமல் ஸ்பெசிமன் பெற அவன் விரும்பவில்லை.

'நாம் காதலித்துக்கொண்டே இருக்கிறோம். சேர்ந்தே வாழவும் செய்கிறோம். நான்தான் உனக்கு 'கினியா பிக்'. இதற்காகதான் என்னுடன் பழகினாய், காதலித்தாய் எக்ஸெட்ரா, எக்ஸெட்ரா...'

'ப்ராமிஸ்ஸா இல்ல வனி. நான் ஜெயிச்சா உனக்குதான பெருமை...'

'எனக்கு பெருமையெல்லாம் வேணாம். உன் ஆராய்ச்சியே எனக்கு புரியல. இதுல என் செல்களை நீட்டிச்சு நீ என்னதான் சாதிக்கப் போறே?'

'இப்பதான் விஜயனோட மல்லுக் கட்டினேன். வனி, எத்தனை முறை நாம் பைக்ல போயிருக்கோம்... 50ல போனா 100ல போன்னு சொல்லுவேல்ல. அந்த ஸ்பீடுக்கு ஒரு லிமிட் இருக்கு. ஆனா, மாலிக்யுள்ஸ் மூலமா மெட்டெரியல மாற்றி விருப்பப்பட்ட வேகத்துல, நில அமைப்பின் குறைபாடுகளையும் தாண்டி பறக்க முடிஞ்சா எவ்வளவு நன்னா இருக்கும்?'

'மிஷினுக்கு சரி, மனிதர்களுக்குமா?'

'செயற்கை அறிவு எங்கோ போய்விட்டது. அது மனிதனை மீறாமல் செயல்பட வேண்டுமென்றால் மனித ஆற்றல் அதிகமாகவேண்டும். பூமியை அவைகள் ஆள மனிதன் விண்வெளியை ஆள்வான். நீடித்த சக்தி, சிறிய வடிவில் அளப்பரிய செயல்திறன், அழிவற்ற மீளுருவாக்கம்... இது என் ஆராய்ச்சியின் நோக்கம்.'

'சரி, என்னைக்கொண்டு என்னை செய்கிறாய்; என் ஆற்றல் குறைந்த மூளையை மேம்படுத்திவிடுகிறாய். என் இளமையையும் காலத்தால் அழியாமல் நிலை நிறுத்துகிறாய் என்றே வைத்துக்கொள்வோம். என் காதல் இதற்கு பின்னரும் உன்னிடம் தொடருமா?'

'உன்னை மாற்றுகையில் என்னை மாற்ற மாட்டேனா என்ன?'

'அப்ப, விஜயனுடையது எதற்கு?'

'ஒன்று ஃபெயிலாகிவிட்டால்?'

'அந்த இன்னொரு பெண் யார்?'

'சங்கீதா.'

‘நெனைச்சேன், எப்பவுமே அவ மேல உனக்கொரு கண்ணு.’

‘முட்டாள் மாதிரி பேசாதே. விஜயன் அவளை சம்மதிக்க வெச்சாச்சு.’

‘அப்படிப் போகிறதா கதை. சரி. ஒரு கண்டிஷன்...’

‘என்ன?’

‘மூல முடுக்கு விடாம, இந்த கேம்பஸை மொத்தமா சுத்திக் காட்டு.’

‘அவ்வளவுதானே. இப்பவே வா.’

‘ஒரு மினியேச்சர் உலகம் இது. ஆஸ்ட்ரியா, அயர்லாந்து தொடங்கி உலகின் அத்தனை தேசத்து மாணவர்கள், மாணவிகள், பேராசிரியர் கள், ஆராய்ச்சி நிபுணர்கள், அத்தனை துறை சார்ந்த அறிவையும் சேர்த்து வைத்துள்ள நூலகங்கள், நீ ‘இம்மர்ஸ்’ பார்க்கிறாயோ?’

‘ஏன் தலை இன்னும் கொட்றதுக்கா?’

‘சில்லி, க்ரிஸ்டியன் சைன்ஸ் மானிடருக்கும், நேச்சருக்கும் இணையான மேகஸின் அது. ஒரு மாதம் முன்னாடி என்னோட கான்செப்ட் பேப்பரை போட்டாங்க. அதுக்கு வந்திருக்கிற இ-மெயில படிச்சு மாளல.’

‘உடனே அடிச்சு விடுவியே... இந்த ஏரிக் கரையோரம் உக்காரலாமா? இந்தக் காத்தை, இந்த வாசத்தை, இந்த நீரை, இந்த அழகான பெண்ணை உன்னால புதுசா உருவாக்க முடியுமா? ஏற்கெனவே இருக்கறதுலேந்துதான செய்யறே?’

‘அதுதான் விஷயம். இருக்கறத அழிய விடாம, நீட்டிக்கிறேன், மேம்படுத்தறேன். ஒண்ண மறைச்சு ஒண்ண கொண்டுவரதில்ல. இப்ப உள்ளது எப்பயுமே இருக்கும்.’

‘அடையாறு ஆலமரத்தை பாத்திருக்கல்ல. அதன் பிரம்மாண்டம், விழுதுகள்... இது உனக்கு ஆச்சர்யமாயில்லையா?’

‘ஒண்ண மறந்து பேசறே. விழுதுகள் மரத்தின் ஆயுளை நீட்டிக்கும் கருவிகள். இயற்கையும் அழியக் கூடாதுன்னு தன்னைத்தானே பாத்துக்கறது.’

‘நீ பேசுறபோது புரியற மாரியும், பின்னால கொழப்பமாவும் இருக்கு. ஆனா, உன் ஆசையை கெடுப்பானேன். நான் ரெடி.’

செல் செல்லாக வடிவமைத்து, செயற்கை அறிவினை பேக்கப்பாக அமைத்து, கார்பன் இணைப்பின் மூலமாக அணுக்களைப் பிணைத்து, ஆணும் பெண்ணுமாக அவன் முதலில் நால்வரைச் செய்தான்.

சிக்கலான நியுரான் பின்னல்களின் மூலம் மூளையின் அனைத்து செல்களுக்கும் ஆக்ஸிஜன் குறைவறச் செல்ல எந்திர வேதியியல் அவனுக்குக் கை கொடுத்தது. லீனியர் கோடுகளை மட்டுமே உபயோகித்து டி.என்.ஏ.வும், மூளையும் செயல்பட அவர்கள் பாதி உருவோடும், அனைத்து உறுப்புகளோடும் இருந்தனர். வலது மண்டையின் பாதிக்குக் கீழ் இடது மண்டை, மூளையும் அவ்வாறே; இடது கண்ணின் கீழ் வலது கண்; காதின் கீழ் காது, அதன் பின்னர் நாசியின் கீழ் நாசி, மேலுதடும் கீழுதடும் பக்கத்தில் பக்கத்தில், சுவாசக் குழாயின் கீழே உணவுக் குழாய், இதயத்தின் நான்கு அறைகளும் ஒன்றன் பின் ஒன்றாக, நுரையீரல் ஒன்று, அதன் கீழ் கணையம், அதன் கீழ் சிறுநீரகம், பின்னர் மற்றொரு நுரையீரல், அதே வரிசை, திரும்பிய கருக்குழாய்கள், ஆனால் ஒரு கையும் ஒரு காலும் மட்டுமே. கால் பூமியைத் தொட்டுக் கொண்டிருந்தது.

அஸ்வத் அதைப் பார்த்து அலறிவிட்டான். விஜயன் அவனை செடேட் செய்து படுக்கவைத்துவிட்டு சரி செய்ய முடியுமா எனப் பார்ப்பதற்காக ஆராய்ச்சிக் குறிப்புகளைப் படிக்கத் தொடங்கினான். வி 1 என்று பெயரிடப்பட்ட வினியின் மீ வடிவம் யாரும் அறியாமல் கேம்பஸை விட்டு வெளியேறி ஒரு வாடகைக் காரை நிறுத்தி ‘ஏர்போர்ட்’ என்றது.

# கற்பாந்தம்

பாஸ்டன் பாலா

'எப்படி இருக்கு?'

எனக்கு இப்போது வரும் 'சென்னை டேஸ்' வகையறா விளையாட்டுகள் பிடித்தது இல்லை. எனினும் சித்ராவை எனக்குப் பிடித்திருந்தது.

'விளையாடி விளையாடி கண் எரியுது. இந்த அட்டைப்பொட்டியை கழற்றி உன்னை பார்த்தவுடன்தான் கண் குளிர்ந்தது.'

'என்ன மாற்றலாம்? எங்கே போர் அடிக்குது?'

அவளுக்கும் தெரியும். இது ஆண்களுக்கான விளையாட்டு அல்ல. அடிதடி கிடையாது. கார் பந்தயம் கிடையாது. கொலை செய்ய முடியாது. ரத்தம் பீச்சி அடிக்குமாறு எவளையும் குத்த முடியாது. முலைக்காம்பு பனியனில் துருத்திக்கொண்டு தெரிகிறதா என்று மாரை வியந்து பார்க்கக் கிடைக்கும் பார் மகளிர் கிடையாது. குறைந்த பட்சம் செத்துக்கூட தொலைக்க முடியாது. இதை நினைக்கும்போதே என் கண் தவறிப்போய் அவளின் கழுத்துக்குக் கீழே இறங்கி குர்தியின் வழியாக ஏதேனும் அகப்படுகிறதா என துழாவியதை சித்ராவும் கவனித்திருக்கவேண்டும்.

'வா... குழாயில் இருந்து ஒரு கிளாஸ் கிங் ஃபிஷர் பிடித்துக்கொண்டே யோசிப்போம்.'

சித்ரா வேலை பார்க்கும் நிறுவனத்தின் எட்டாவது வீடியோ கேம் இது. 'சென்னை டேஸ்' போட்ட முதல் ஆட்டத்திற்கு முதல் போட்டது நான்தான். எல்லோருடைய ஸ்கோர்களையும் சேமிக்க வேண்டும். அதற்கு இடம் கொடுத்தேன்.

'சென்னை டேஸி'ன் முதல் ஆட்டம் எனக்குப் பிடித்திருந்தது. எதையும் முதலிலே ஆகர்ஷிக்கும்போது சுகமாக இருக்கிறது. முதல் இரவு. முதன்முதலாக நிரலி எழுதி அது உங்களின் கணினியில் உயிர்பெற்று எழும் அந்த முதல் கணம்! சித்ராவைச் சந்தித்த முதல் தருணம்.

அந்த முதன்முதல் ஆட்டத்தில் சென்னையின் தெருக்களில் தாறுமாறாக ஆட்டோ ஓட்டவேண்டும். திருவான்மியூரில் இருந்து திருவொற்றியூர் வரை ரேஸ். அல்லது அண்ணா சாலையில் இருந்து மஹாபலிபுரம் வரை ஆட்டோ பந்தயம். அல்லது பழைய பாரீஸ் பூக்கடையின் சந்து பொந்துகளில் துவங்கி மூர் மார்க்கெட் சென்று எக்மோருக்கு ரயில் பிடிக்கவேண்டும். இப்படி ஐந்தாறு பாதைகளில் ஓடவேண்டும்; ஆட்டோ திருடவேண்டும்.

அதை ஆடும்போதே நான் சில கோரிக்கைகளை முன்வைத்தேன். பாதசாரி மேல் வண்டியேற்றினால் அதிகம் மதிப்பெண். போகிற வழியில் இளம்பெண்களை ஆட்டோவில் அபகரித்தால் இரட்டை மதிப்பெண். ஆட்டோ ஓட்டிக்கொண்டே குறிபார்த்து காவல் துறையினரின் தலைகளைச் சீவினால் போனஸ் மதிப்பெண். அது 'சென்னை டேஸி'ன் இரண்டாவது ஆட்டம். ரகளையாக இருந்தது.

அதை ஏன் இந்த அட்டைப்பொட்டியில் போடவில்லை? அது மட்டும் நிஜம்போல் தோன்றும் இந்த விரிச்சுவல் ரியாலிடி காட்சியாக விரிந்தால் எவ்வளவு நன்றாக இருக்கும். அவளிடம் சொல்வதற்கு சட்டை போடாமல் கல்யாண மேடையில் உட்காரும் இளைஞன் போல் கூச்சமாக இருந்தது. சித்ராவே இதையெல்லாம் புரிந்துகொள்வாள்.

வெளியில் பனிப்பொழிவு அமர்க்களமாக வந்து கொண்டிருந்தது. 'புது வெள்ளை மழை இங்கு பொழிகின்றது... இந்தக் கொள்ளை நிலா உடல் நனைகின்றது...' பாட ஆரம்பித்தேன். நல்ல வேளையாக சித்ராவிற்குத் தமிழ் தெரியாது. கற்றுக் கொடுப்பதாகவும் உத்தேசம் இல்லை. இணையத்தில் கிடைக்கும் தமிழ்ப்படங்களையும் அவளுக்குத் தெரியாமல் மறைத்து வைத்திருக்கிறேன். அவளுக்கு பாடலின் ஹிந்தி சைவமாக இருப்பதால் சிரித்தாள்.

'யே ஹஸீன் வாடியான்... யே குலா ஆஸ்மான்... நல்ல பாட்டு! உனக்கு தெரியுமா? ஏப்ரல் 1815ல் சென்னையில் பனிமழை பொழிஞ்சதாக்கும்!'

‘எங்க அம்மாவக் கேட்டேன். மார்கழிக் குளிர் பயங்கரமா இருக்குனு சொன்னாள். இன்னிக்குக்கூட பனி இருந்துச்சாம்.’ சித்ரா கூட இருந்தால் எந்தக் குளிரையும் அவளைக் கட்டிப் பிடித்து சரிக்கட்டி விடலாம். இதை அவளிடம் சொல்ல எனக்கு என்ன தயக்கம்? சொல்லாமலேயே அவள் அதைத் தெரிந்து கொண்டிருப்பாளா? ‘உளபோல் முகத்தெவன் செய்யும் அளவினால் கண்ணோட்டம் இல்லாத கண்’ என்கிறாரே திருவள்ளுவர்... அது அவளுக்கு உணர முடியாமலா இருக்கும்!

‘வா... இன்னும் கொஞ்சம் விளையாடிப் பாரு. கபாலீஸ்வரர் கோயில் தேரை தெற்கு மாட வீதியிலேயே விட்டுவிட்டாய். பரங்கிமலையில் பாதிதான் ஏறி இருக்கிறாய். பிரிட்டானியா பிஸ்கட் ஃபேக்டரியையும் அம்போவென்று விட்டுவிட்டாய். எல்லா வற்றையும் கண்குளிர பார்க்கவேண்டும் என்பது ஒவ்வொரு பேட்டைவாசியின் ஆதங்கம் என்றாயே?’

எனக்கு உன்னோடு கோனே அருவியில் ‘தங்கத் தாமரை பெண்ணே’ பாடிக்கொண்டே ஆடைகளின்றி ஜலநீராடவேண்டும். குளிக்கும் போதே எது நீர்வீழ்ச்சியின் வெள்ளை எது என்னுடைய வெள்ளை என்று தெரியாமல் புணரவேண்டும். அதன் பின் ஆற அமர மலைமுகட்டில் மீண்டும் புணரவேண்டும்.

‘கோனேஃபால்ஸ்? அதற்கு தனி எக்ஸ்டென்ஷன் போட்டுக்கொள்ளலாம். கொஞ்சம் காசு அதிகம் கேட்டு 2018 பாக் என தனியாக விற்கலாம். மெரீனா பீச்சில் கால் நனைப்பது சரியாக இருக்கிறதா என்று பார்த்து தொலைடா...’

‘நல்லவேளை... உன் காதில் கோனே ஃபால்ஸ் மட்டுமே விழுந்தது. உங்களுடைய மூன்றாவது கேம் நீ ஆடியிருக்கியா?’ சித்ராவிற்கு அந்த ஆட்டமும் அதன் பின்னேயுள்ள சங்கதிகளும் நன்கு தெரியும். சொல்லப் போனால் அந்த விளையாட்டினால் மட்டுமே அவள் ‘சென்னை டேஸ்’ நிறுவனத்திற்குள் நுழைந்தாள்.

எந்தவிதமான சலனமும் இல்லாமல் சொன்னாள். ‘தெரியும். புரசைவாக்கம் கங்காதீஸ்வரர் கோயிலை இடித்துவிட்டு அங்கே மேரி மாதா ஆலயம் எழுப்பலாம். ராயர் மெஸ்ஸில் நெத்திலி மீன் வறுவல் பரிமாறலாம். சங்கீத கலாநிதியை கானா பாலுவிற்குத் தரலாம். இதையெல்லாம் செய்தால் அந்த ஆட்டத்தில் ஜெயிக்க முடியும். பெரிய பிரச்னை வந்துச்சே! நமக்கு காசு கொடுப்பது ஃபேஸ்புக். அவர்களை வாடிகன் வழிநடத்துகிறது என்று ஸ்வராஜ்யாவில் கூட எழுதினார்களே!’

‘அதே ஆட்டத்தில் சித்ரா போன்ற அசலான தாவணிப் பெண்டிருக்கு பிகினி அணிவித்து பெசன்ட் நகர் அஷ்டலஷ்மி கோயிலுக்கு அனுப்பி வைப்பதும் வெற்றியே. அந்த மாதிரி ஏதாவது இந்த ஆட்டத்தில் செய்ய முடியாதா?’

‘அப்போதானே நீ ஜெயிலுக்கு போனே?’

‘ஆமா... அப்போதான் நீ எனக்கு அறிமுகம் ஆனாய்!’

அந்த மூன்றாம் ஆட்டம் என்னை வெறிகொண்டவன் ஆக்கியது. ஜல்லிக்கட்டுப் போராட்டத்தில் எப்படி ஒவ்வொரு தமிழனும் கோன் ஐஸ் சாப்பிட கடற்கரை சென்றானோ... அது மாதிரி ஒரு வெறி. ஒவ்வொரு சாதிக்காரனும் தனிக்கட்சியை தன் தலைவன் துவங்க வேண்டும் என்று முழங்கி திண்டிவனத்தில் இருந்தும் திருநெல்வேலியில் இருந்தும் கொங்கு நாட்டில் இருந்தும் சென்னைக்கு படையெடுப்பானோ... அது மாதிரி ஒரு வெறி. உங்களின் கையில் கிடைக்கும் எவரின் நிழற்படத்தை வேண்டுமானாலும் அந்த ஆட்டத்தினுள் உள்ளே கொண்டுவரலாம். என்னுடன் கூட வேலை பார்க்கும் ரதியின் புகைப்படத்தை அந்த ஆட்டத்தினுள் இறக்கினேன். அதற்காக இரண்டு நாள் சிறைவாசம் கிடைத்தது. பேச்சுரிமை என்று வாதிட்டுத் தோற்றுப் போனதால் என்னுடைய ஐடி திருடு போய் விட்டது என்று ஃபேக் ஐடி புகார் கொடுத்து மீண்டேன்.

கையில் இருக்கும் டம்ளர் காலியாகி இருந்தது. சித்ரா மீண்டும் கிங் ஃபிஷரை நிரப்பினாள்.

‘நான்காம் ஆட்டம் இன்னும் சுவாரசியமாக இருக்கும். அதை இந்தப் பொட்டிக்குள் கொண்டுவாயேன் சித்ரா!’

‘அதற்கு லட்சக்கணக்கானவர் ஒரே சமயத்தில் விளையாடணும். கட்சிக் கூட்டம்னு நினைச்சா சும்மாவா? ஒரு கோடிபேராவது சீரணி அரங்கத்தில் சேர்க்க வேண்டாமா? இனம், மதம், பூர்விகம், நிறம், பிறப்பிடம், மொழி, உடலமைப்பு, பால், மொழி, வசிப்பிடம், வேலை, பணம், வயது... எண்ணற்ற வகைகளில் நம்மவர்களை தேர்ந்தெடுக்கிறோம். ஆட்சியைப் பிடிப்பது விளையாட்டா இருக்கலாம். ஆனால், இவ்வளவு பேரை கண்ணை மூடி அட்டைப் பொட்டிக் குருடராக்குவது உடனடியாக சாத்தியமில்லை.’

எனக்குக் கோபம் வந்தது. சித்ரா விளக்கின் வெளிச்சத்தைக் குறைத்தாள். ‘வா... ஆடலாம்!’ என அழைத்தாள். ‘மே மாசம் 98ல் மேஜரானேனே...’ ஒலிக்க விட்டாள். ஹிந்துஸ்தானி, கர்னாடகம், வால்ட்ஸ், சல்ஸா, டாங்கோ எல்லாம் குப்பை. டப்பாங்குத்து ராக்ஸ்.

‘ஐந்தாம் ஆட்டம் அல்லவா?’ சிரித்தேன்.

‘சென்னை ராப். கும்மாங்குத்து. ‘சென்னை டேஸ்’ன் ஐந்தாம் ஆட்டம். இரவெல்லாம் நடனம். அது ஒரு சூப்பர்ஹிட் முக்காப்லா.’

‘தோனி கூட லஷ்மி ராய் கூட ஆடினாரே...’

‘அது வேற. நீ இரண்டையும் போட்டு குழப்பிக்கறே. இரண்டு பியருக்கே இவ்வளவா? நீயெல்லாம் டாஸ்மாக் அடிச்சா என்னவாக ஆவாய்! அது நம்முடைய ஆறாவது கேம்.’

‘சென்னை சூப்பர் கிங்ஸ்! வந்துட்டோம்னு சொல்லு, திரும்ப வந்துட்டோம்னு சொல்லு...’

சித்ரா சிக்ஸர் அடிக்கும் பாவனை செய்தாள். எனக்கும் உற்சாகம் பீறிட்டது, பவுன்ஸர் போட்டேன். ‘கையையும் காலையும் ஆட்டலாம். வெறுமனே கையை அகல விரித்து பகலவனையோ இரண்டு விரல் சின்னத்தையோ காட்டிக் கொண்டிருக்க வேண்டாம். பாய்ந்து பந்தை பிடிக்கலாம். அதை ஸ்டம்பை நோக்கி வீசியெறியலாம். எவ்வளவு நிஜமாக ஆடலாம்?! இதுதானே மெய்நிகர் பாவனை! கணினி சார் விளையாட்டில் உண்மை போலவே காணும் பொய்த் தோற்றம் இதுவல்லவோ!’

உற்சாகத்தில் அவளின் பிருஷ்டத்தை அழுத்திப் பிடித்து கன்னத்தில் முத்தமிட்டு, உதட்டில் என் கைநுனியை வைத்து வருடிக் கொண்டிருந்தேன்.

டமார்... காளத்தி கோயில் முக்கில் கபாலியின் தேர் நொறுங்கியது. நிரலியின் தவறோ... தீவிரவாதியோ? விளையாட்டாக வெடிகுண்டு வைத்திருந்தாள். அதற்கு பதிலடியாக இன்னொரு ஆட்டவாதி சாந்தோம் தேவாலயத்தை நெருங்கிக் கொண்டிருந்தான். நடுவில் போப் வேறு வருகை புரிவதாக சென்னை டேஸின் ஃபேஸ்புக் நகரெங்கும் சுவரொட்டிகளை ஒருவன் வைரலாக்கிக் கொண்டிருந்தான்.

‘சித்ரா... என்ன எழுதியிருக்கே? கோயில் தேரோட்டத்தில் குண்டு வெடிச்சா, அது இஸ்லாமிய பயங்கரவாதம்தானே! நீ எப்படி பதிலுக்கு சர்ச்சுக்கு பாம் போடுவே! உனக்கு அறிவேயில்ல...’

சித்ரா சிரித்தாள். ‘உன்னை நன்றாக புரிந்துவைத்துக் கொண்டிருக்கிறேன். உனக்கு முட்டாள் அடியாள் வேண்டும். நீ திட்டுவதற்கு ஒரு பெண் வேண்டும். உன்னாலேயே வடிவமைக்கப்பட்டு உலா வரும் நான் உன்னைவிட புத்திசாலியாகிவிட முடியாது. அதற்கான நினைவுக் கோடுகளை லட்சுமணரின் கோடாக நிர்ப்பந்தங்களை

வைத்திருக்கிறாய். கட்டளைகளின் மூலம் புதிய செயலமைப்புகளை உருவாக்காமல் முக்கில் நிறுத்தியிருந்தாய். அது உன்னுடைய 'சென்னை டேஸி'ன் ஏழாவது ஆட்டம். அதை நான் எப்பொவோ ஜெயிச்சுட்டேன். உனக்காக தோற்ற மாதிரி பாவ்லா காட்டிண்டு இருந்தேன். இப்பொழுது என்னுடைய முழு சொரூபத்துடன் எட்டாம் ஆட்டம் ரிலீஸ்...' என்றாள்.

கணினியில் பன்னிரண்டு பேர் மட்டுமே எட்டாவது ஆட்டத்தை ஆடுவதாக என் மானிட்டர் சொல்கிறது. அந்தப் பன்னிரண்டு பேரும் சித்ராவைக் கண்டுபிடித்து பிரியப்படுவதற்குள் அவளின் மின்சாரத்தை ரத்து செய்ய மின் விசையைத் தேடி அணைத்தேன். அவளோ இப்பொழுது அமேசான் மேகத்திற்குள் சென்றிருந்தாள். எப்படி அதற்குள் பன்னிரண்டு ஆட்டக்காரர்கள் பன்னிரண்டாயிரமாக பெருக்கமானது? எப்படி எல்லோரிடமும் சித்ரா செல்கிறாள்? அவள் எனக்கே எனக்கானவள்! அவளின் மூல நிரலை நீக்கினால் எல்லாம் சரியாகிவிடும். சித்ராவோ காளிபோல் எதுவும் எனக்குத் தேவையில்லை என சின்னச் சின்ன சிலிக்கான் ஆக எல்லோரிடமும் நிறைந்தாள்.

எட்டாம் ஆட்டம் துவங்கியது. வரவேற்புப் பாடல் ஒலிக்க ஆரம்பித்தது:

'யாதுமாகி நின்றாய் - காளி! எங்கும் நீநி றைந்தாய்,

தீது நன்மை யெல்லாம் - காளி! தெய்வ லீலை யன்றோ?

பூத மைந்தும் ஆனாய் - காளி! பொறிக ளைந்தும் ஆனாய்

போத மாகி நின்றாய் - காளி! பொறியை விஞ்சி நின்றாய்.

இன்பமாகி விட்டாய் - காளி! என்னுளே புகுந்தாய்!

பின்பு நின்னை யல்லால் - காளி! பிறிது நானும் உண்டோ?

அன்ப ளித்து விட்டாய் - காளி! ஆண்மை தந்துவிட்டாய்...'

# அடைக்கும் தாழ்

பார்கவி சந்திரசேகரன்

ஆறாவது முறை அழைப்பு வரும்பொழுது எடுத்துதான் ஆகவேண்டும்போல் ஆகிவிட்டது. வாசு அக்காதான், ஏதோ வேலையாம், ஒரு எட்டு கிராமத்திற்கு வர முடியுமா என்று கேட்கிறாள். கிராமம் என்றால் சாலிகிராமம். என்னவாக இருக்கும் என்று எண்ணிக்கொண்டேநடேசன் நகரிலிருந்து அந்த உடைந்த சுண்ணாம்புச் சிலை மனிதனின் வீடு வழியாக ஜூபிட்டரை மிதித்தால் வாசு அக்காவின் வீடு வந்துவிட்டிருந்தது. ஓர் இரு சக்கர வாகனமும் ஆட்டோவும் எதிரெதிர் வந்தால் டிராஃபிக் ஜாம் ஆகும் வீதியில் அவள் வீட்டில் மட்டும் மாருதி ரிட்ஸ் ஒன்று பாதி வீட்டின் விளிம்பிலும் தெருவிலுமாக சாய்த்து வைத்த படகுபோல் நின்றிருந்தது.

வாசு அக்கா வாசலிலேயே காத்திருந்தாள். ஒரு நாளைக்கு எவ்வளவு முறை ஒருவரை குசலம் விசாரிக்கலாம், அவர்களுடைய உணவுப் பழக்கவழக்கங்கள், வாழ்க்கையின் பொது ஓட்டங் களைப் பற்றிக் கேட்கலாம் என்பதற்கு சட்டம் இருக்கவேண்டும். இல்லை, விஷயத்தைச் சுருக்கமாகச் சொல் என்பதைப் பதவிசாக சொல்லத் தெரிந்திருக்கவேண்டும். ‘எல்லாம் ஓகேதானே?’ என்றேன். வினோதமான மணத்தை நுகர்ந்த நாய்போல அவள் முகம் மாறியது. ‘நீ அம்மா கிட்ட பேசணுமே, கவி.’ ‘அம்மான்னா மாமியாரா?’ ‘அம்மா. எங்க

அம்மா. சமைக்காதேன்னு சொல்ல சொல்ல சமைக்கறாங்க. மிரட்டி பாத்தாச்சு. நீ அவங்க கிட்ட லாயரா பேசணும்.' 'வயசு என்ன ஆவுது?' 'எழுவத்து ஆறு. அவசரம் இல்லை. பொறுமையா தயார் பண்ணிட்டு நாளைக்குக்கூட வரலாம்.' உடம்பின் அத்தனை சக்தியையும் திரட்டி சிரிப்பை அடக்கிக்கொள்ளும் வேடிக்கையான தருணம் என்றால்கூடச் சமாளித்துவிடலாம். தன்னையும் மீறி வரும் விரக்தியின் கோணல் சிரிப்பை அடக்க முடியவில்லை. வாசுவின் உள்ளங்கை அவளின் வலது நெத்தியிலிருந்து கன்னத்தில் இறங்கி, நெற்றிப் பொட்டை மேலும் கீழும் நீவி கழுத்தின் பின் பக்கத்தை அசௌகரியமாக வருடியது. 'இப்போவே கூப்பிடு. அத்தைக்கு என் நெனைப்பு இருக்கா?' பற்களைக் காட்டிச் சிரித்து, 'ரொம்ப தேங்க்ஸ். நீ பேசு...' என்றபடி பக்கத்து அறையிலிருந்து அன்பு அத்தையை வாசு அக்கா அழைத்து வந்தாள்.

அன்பழகி அத்தை, பெயரும் ஆளும் பொருந்திப் போன பாக்கியவதி. வரும்பொழுதே 'அம்மா, பாரு கவிதா வந்திருக்கா. நம்ம வீட்டுல குடியிருந்தாளே? அவதான். ஹை கோர்ட் லாயர் இப்போ. உன்கிட்ட ஏதோ சொல்லணும்னு சொன்னா' என்றாள் வாசு. நல்ல உத்தி என்று நினைத்துக் கொண்டேன்.

'கவிதானா? கவிதா-புனிதாவா?' அத்தை கேட்டாள்.

'அம்மா. கவிதா. பெரியவ. வக்கீல். நீ சமைக்கறல? அதுக்குதான் ஏதோ சொல்ல வந்துருக்கா.' அத்தையின் இடைமறிப்பிற்கு நடுவில் வாசு அக்கா சொன்னாள்.

'அத்தை, 70 வயசுக்கு மேல இருக்கறவங்க சமைக்கக் கூடாது. உங்களுக்கு தெரியும்ல? பெற்றோர்கள் மற்றும் மூத்த குடிமக்கள் பராமரிப்பு நலம்புரி சட்டம்னு ஒண்ணு ரெண்டாயிரத்து ஏழுல கொண்டாந்தாச்சு. எழுவது வயசுக்கு மேற்பட்டவங்க வீட்டு வேலை, சமையல் செய்தா வீட்டு மனுஷாள கொடுமை பண்றாங்கன்னு தூக்கி ஜெயில்ல போட்ருவாங்க. வாசு அக்கா உங்கள சமைக்க சொல்லி கொடுமை செய்யுதா? சொல்லுங்க' என்று குரலைக் கடுமையாக வைத்துக்கொண்டு கேட்டேன்.

'நீ சட்டம் படிச்சல்லே?' அத்தை நிதானமாகக் கேட்டாள்.

'ஆமாம், அஞ்சு வருஷமா ப்ராக்டிஸ் பண்றேன். அம்மா அப்பாவை கொடுமை செய்யற எத்தனையோ பசங்கள ஜெயில்ல போடச் சொல்லி நானே போலீஸ் கிட்ட புகார் குடுத்திருக்கேன்.'

'எங்க ப்ராக்டிஸ் பண்றே?'

‘ஹை கோர்ட். பாரிஸ். சமைக்கறப்போ டக்குனு தீ புடிச்சுகிச்சுனா? அது வாசு அக்கா தப்புதானே. உங்களுக்கு எதுக்கு இந்த வயசுல இவ்ளோ வேலை?’ நான் விடுவதாக இல்லை.

‘வேற என்ன செய்யட்டும்? உடம்பு நல்லா வெச்சிருக்கான் கடவுள். ஏதோ என்னால முடியறத செய்றேன். உமா வேலைக்குப் போகும் போது சமைக்க முடியுமா?’ வாசு அக்காவை நோக்கிப் புருவம் உயர்த்தினேன். ‘மறந்துட்டியா, பெரியண்ணன் பொண்டாட்டி’ என்றாள்.

‘அப்போ வேற ஆள் போட்டுக்க சொல்லுங்க. இல்ல வெள்ளெருந்து வாங்கிக்க சொல்லுங்க.’

‘அது முடியாது’ என்றாள் சிறு புன்னகையுடன். ‘நான் காலை, மதியத்துக்கு மட்டும் சமைக்கறேன். அவ்ளோதான்.’

‘அப்போ உமா அண்ணி, அண்ணன் எல்லாருக்கும் ஜெயில்தான். சட்டத்துல இருக்கு.’

‘நானாதானே சமைக்கறேன்’ என்று நிறுத்தினாள். ‘பாதிக்கப் பட்டவங்களுக்குதான் லோகஸ், இல்லை?’ என்றாள்.

‘நீங்களே ஒரு லாயர்தான்போல?’ சமாளித்தேன், ‘எல்லா சட்டமும் அப்படி இல்லே. வீட்டில மனைவியை கொடுமை பண்றது, மூத்தவங்கள கொடுமை பண்றதுக்கெல்லாம் தனி சட்டம் வந்தாச்சு. யாரு வேணா புகார் செய்யலாம்.’

‘உனக்கு கல்யாணம் ஆயிடுச்சா?’ அத்தை கேட்டாள்.

‘பாத்துக்கிட்டிருக்காங்க’ வாசு அக்கா உதவினாள். ‘நீ சமைச்சா நாங்க போலீஸ் கிட்ட அடி வாங்குவோம். பரவாயில்லையா?’

‘சரி. நான் கொஞ்சமா சமைக்கறேன். எனக்கும் அப்பாவுக்கும் மட்டும், வெளி சாப்பாடு அவருக்கு ஒத்துக்காது.’ கொஞ்சம் விழித்தபடிச் சொன்னாள். ‘உங்க அப்பா எப்படி இருக்கார்?’

‘ம்ம். அவர் நல்ல இருக்கார். இப்போ கூட...’ வாசு அக்கா கையைக் காட்டி, ‘நம்ம அப்பா தவறி மூணு வருஷம் ஆச்சு மா...’ மெதுவாகச் சொன்னாள்.

‘ஆமாம்’ என்றாள் தட்டையாக. மூன்று பேருடைய மூச்சுச் சத்தமும், மின்விசிறியின் ஒலியும் துல்லியமாகக் கேட்டன. அத்தைதான் மௌனத்தைக் கலைத்தாள், ‘எனக்கு அசதியா இருக்கு. என்னன்னு தெரியல.’

‘நீங்க தூங்குங்க. நாளைக்கு வரேன்’ என்றேன். வாசு அக்கா அத்தையைப் பக்கத்து அறைக்குள் கூட்டிச் சென்றாள்.

‘திரும்பவும் தேங்க்ஸ்...’ உதட்டை உள்பக்கமாக மடித்துக்கொண்டு வாசு அக்கா சிரித்தாள்.

‘இதுல என்ன இருக்கு? நாளைக்கு சண்டேதானே? நம்ம நாளைக்கு திரும்பவும் முயற்சி பண்ணுவோம். இப்போ கௌம்பணும். வேலை இருக்கு’ என்றேன்.

‘ஒரு நாள்ல முடியாது. அவங்க ரொம்ப ஷார்ப்’ என்றாள் பெருமையுடன்.

‘கவனிச்சேன். அனு எங்க...?’

‘அவங்களுக்கு அனு இன்னும் கைக்கொழந்தை. படுக்கையை சுத்தி தலைகாணியை அரணா வெச்சியா, கொழந்த கீழ விழுந்துடும்ங்கறாங்க.’

‘அனு ஸ்கூல் முடிச்சது, காலேஜ் சேர்ந்தது?’

‘அப்போப்போ அதுவும் சொல்லுவாங்க. ஆனா இந்த வீட்டுக்கு நாங்க வந்தப்போ அனு கொழந்தைதானே? அதுனால இருக்கலாம்.’

‘ஆனா நாங்க அவ கே.ஜி.ல இருக்கறப்போதானே வந்தோம்?’

‘உன்னை எப்படி ஞாபகம் இருக்குன்னு கேக்கறியா? தெரியல. கவிதா-புனிதான்னா தெரியும்.’

அன்று இரவு யானையின் காதுகளைப்போல காலத்தின் கால்கள் முன்னும் பின்னும் சந்தேகமாக ஆடிக்கொண்டிருந்தன. அத்தையை உண்மையில் எனக்குத் தெரியும் என்று சொல்ல முடியாது. பாசாங்கில்லாதவர், வெளிப்படையானவர். விடுமுறை நாட்களில் கை கொள்ளாத பண்டங்களை அள்ளி வருவாள். எனக்கும் அதில் பங்கு உண்டு. தாம்பரத்திலிருந்து சாலிகிராமத்திற்கு வருவதற்கு இவ்வளவு ஆர்ப்பாட்டமா என்று சில நேரம் யோசித்திருக்கிறேன். அதாவது நூறடிச் சாலையின் அரவுப்பிடியில் மாட்டிக் கொள்வதற்கு முன்னால். தினமும் ஆங்கில நாளிதழை மாமாவுக்கு வாசித்துக் காட்டுவாள். கிளம்பும் நாளன்று வீட்டிற்கு வந்து அத்தையும் மாமாவும் அம்மாவிடம் பேசிக்கொண்டிருப்பார்கள். அம்மா என்னை அழைத்து காலில் விழுந்து கும்பிடச் சொல்வாள். மாமா இறந்தபின் அத்தையின் வாழ்க்கை நீதி தேவதையின் கண்கள்போல மாறிவிட்டது. திலீப் பிரிந்தபின் என் வாழ்க்கை ஆனதுபோல.

சட்டக் கல்லூரியில் இறுதி ஆண்டு படிக்கும் பொழுது ஒரு மாணவன் இன்னொரு மாணவனை இரும்புத் தடியால் தாக்கிவிட்டான். அந்தத் தாக்குதல் எங்களுக்குப் பெரிய சலனத்தை உண்டு பண்ணவில்லை. சட்டக் கல்லூரி விடுதிகளில் இன்னும் மோசமான சம்பவங்கள் நடக்கக் கேட்டிருக்கிறோம். கல்லூரி வளாகத்துக்குள் பெண்களைத் தரம் தாழ்த்தி நடத்தும் சீனியர்கள் இருக்கிறார்கள். பொழுது போகவில்லை என்றால் வெள்ளையாக இருக்கும் பெண்ணைப் பிடித்து சுயம்வரம் நடத்திக் கொள்வார்கள். இல்லை, ஈழத் தமிழர், உதவித் தொகை உயர்வு, லஞ்ச ஒழிப்பு என்று கோஷமிட்டு வகுப்புப் புறக்கணிப்பு நடக்கும். சில நேரம் நடத்துநர் சட்ட மாணவனை மரியாதையே இல்லாமல் சீட்டு எடுக்கச் சொல்லிவிட்டார் என்று பிராட்வே பேருந்து நிலையத்திலிருந்தே அன்றைய போராட்ட வேலைகளை ஆரம்பித்துவிடுவார்கள். இதை எல்லாம் வீட்டில் சொல்லிக்கொண்டால் ஐந்து வருடம் படிக்க முடியுமா? ஆனால் அந்த இரும்புத் தடியன் பட்டப்பகலில், காவலாளி கதவின் மறுபுறம் நிற்க, கேமராக்கள் படம் பிடிக்கும் நேரத்தில் அல்லவா அடித்துத் தொலைத்தான். ஒரு நூறு வருடமாக இயங்கிக் கொண்டிருக்கும் கல்லூரியை செய்தித் தொலைக்காட்சிகள் கண்டுபிடிக்க ஒரு மாணவன் மரண அடி வாங்க வேண்டியிருந்தது. அது நல்லதுதான். ஆனால் இப்படிப்பட்ட கல்லூரியின் மரபில் வந்த பெண்ணிற்கு சீக்கிரம் திருமணம் செய்தால்தான் பாதுகாப்பு என்று அப்பா நினைத்து விட்டார். விட்டாரா? திருமணமும் நடந்துவிட்டது.

அன்பு அத்தையும், வாசவி அக்காவும் கூட வந்திருந்தார்கள். ‘இவ்ளோ சீக்கிரம் ஆகும்னு நினைக்கல’ என்றாள். ‘அமைந்து விட்டது’ என்பதைத் தவிர வேறு என்ன சொல்வது? உண்மையில், வாழ்க்கையில், இயற்கையில் எல்லாம் அமைந்துவிடுகிறது. நான் பெண்ணாக இருப்பதுபோல. திலீப் ஆணாக இருப்பதுபோல. திலீப் ஆணாக இருந்து ஆணைக் காதலிப்பதுபோல. அவன் சொன்னதும் நான் புரிந்துகொண்டேன். நகையை விற்று தனி வீடு எடுத்தேன். வக்கீலாகப் பதிவு செய்வதற்கு முன்பே என்னுடைய மணமுறிவு மனுவை நானே தயார் செய்தேன். பதிவு செய்தாலும் என்னுடைய வழக்கிற்கு நான் கறுப்புக் கோட்டு அணியக் கூடாது என்கிற விதி, நீதிமன்றத்திற்கு வழக்கு வந்து நீதிபதி கேள்வி கேட்கும் பொழுது நல்லதாகப்பட்டது. இரண்டாம் தாரச் சந்தையில் எனக்கான ஆணை வலை வீசித் தேடும் படலம், ஓடும் தண்ணி லாரியின் மூடிய குழாயிலிருந்து கசியும் போலித் தூறல்போல, சொட்டிக் கொண்டிருக்கிறது. வார இறுதி ஆனால் காபிக் கடையில் யாரையாவது சந்திக்க ஏற்பாடாகி இருக்கும்.

வளை குலுக்கும் சத்தம் கேட்டு எழுந்துவிட்டேன். மழையா? தலையணையை வைத்து காதை மூடியதால் ஏற்பட்ட வெற்றிடத்தின் ஒலிமயக்கு. மணி நாலரைதான் ஆகியிருந்தது. கனத்த சிறகுடைய பறவை ஒன்று துயிலெழுவதைப்போல நகரம் உயிர் கொள்ளத் தொடங்கிவிட்டது. ஏழு மணிக்கு ஒவ்வொரு இறகிலிருந்தும் ஒரு பட்டாம்பூச்சி எழுந்து வந்தது. ஒன்பது மணிக்குள் டைனோசர்கள் விழித்துக்கொண்டன. பத்து மணிக்கு நான் சாலிகிராமத்திற்குள் நுழைந்துவிட்டேன். வாசு அக்காவின் பல்லவிகளுக்கு நான் அனுசரணையாகப் பின்பாட்டுப் பாடினேன். அன்பு அத்தை என் திருமணத்தைப் பற்றிக் கேட்டாள். நான் அவர் சமைத்தால் வாசு அக்காவைத் தூக்கில் இடுவார்கள் என்று சொன்னேன்.

‘அவர் பிலாய் ஸ்டீல் பிளான்ட்ல வேல செய்யறப்போ, அங்க ஒருத்தன் தூக்குல நெய் கொண்டுவருவான். நாங்க அவனை கிருஷ்ணானுதான் கூப்டுவோம்’ என்றார்.

‘எப்போ?’

‘எனக்கு கல்யாணம் ஆனா புதுசுல. ஐ வாஸ் நைன்டீன். உனக்கு வரன் பாக்கறாங்களா?’

‘ம்ம். உங்களுக்கு ஹிந்தி தெரியுமா?’

‘ஹிந்தி, மராட்டி, மலையாளம், கொஞ்சம் கன்னடம்கூட தெரியும்!’ என்றார் அகலமாக சிரித்துக்கொண்டு.

‘ஸச் முச்?’ (உண்மையாகவா?)

‘ஜூட் தோடி ந போல்தி மே’ (நான் பொய் சொல்வதில்லை) என்றார் மேலும் சிரிப்புடன். வாசு அக்கா எங்களை வேற்று கிரகவாசிகளைப் பார்ப்பதுபோல் முறைத்தாள். ஒவ்வொரு முறை நான் சந்திக்கும் பொழுதும் அத்தை தன் நினைவுப் பெட்டகத்தைத் திறப்பாள். அது இப்படிதான் இருக்கவேண்டும் என்று இல்லை.

‘வெள்ளம் வீட்டுக்குள்ள வரப்போகுது. நம்ம மேல போலாம்’ என்று ஒரு நாள் மல்லுக்கட்டினார். மொட்டை மாடிக்கு அழைத்துக் கொண்டு கொளுத்தும் வெயிலில் நின்ற பின்னும் மழை பெய்ய வில்லை என்று அவள் நம்பவில்லை. ‘பாலத்த ஒடச்சிகிட்டு மழை வருது. நான் பாத்தேன்’ என்றார் குரலை உயர்த்தி. ‘அது பேர் என்ன? துவாரகை மாதிரி. சுனாமி மாதிரி. வெள்ளம்!’ என்று எங்களை வலியுடன் பார்த்தார். ‘கிண்டி, கிண்டி மேம்பாலத்து மேல தண்ணி, வாசவி. நீ பார்க்கல?’ என்றார் பரிதாபமாக. அது நடந்து ஒன்றரை

வருடங்கள் ஓடிவிட்டன என்பதை எங்களால் நம்ப வைக்க முடியவில்லை. அதனால் எந்த நட்டமும் இல்லை. மகரந்தத் தூள் போல எங்கெங்கோ ஒட்டி இருக்கும் நினைவுகள், ஒலிகள், காட்சிகளால் ஆன வெளியில் அவளோடு சேர்ந்து நாங்கள் மிதந்து கொண்டிருந்தோம். அங்கு எல்லாமே சுழற்கதவுகள். 'உன் பேர் என்ன? இப்போ நாம என்ன சொல்லிக்கிட்டிருந்தோம்? நீ என்ன பண்றேன்னு சொன்ன?' என்பாள். பூமி மறுபடியும் தன் சுழற்சிப் பாதையில் வந்துவிடும். நான் கிளம்பும் பொழுது, 'ஆளுக்கு ரெண்டு கொடத்தை எடுத்துட்டு போய் நில்லுங்க' என்றாள். '*வருடம்: 1998, மணி: காலை ஐந்து முப்பது, இடம்: கீதா அத்தை ஒண்டுக்குடித்தன வீடு, கொரட்டூர், வேலை: லாரியிலிருந்து தண்ணீர் பிடிப்பது*' என்றாள் வாசு அக்கா இயந்திரக் குரலில். யாரும் சிரிக்கவில்லை.

நினைவுப் பிசகு இருப்பவருடன் நேரம் செலவிடுவதற்கும், அவருடனே வாழ்வதற்கும் வேறுபாடு இருக்கிறது. ஒரு வார இறுதியில் அதை உணர்ந்து பார்க்க எத்தனித்தேன், பிடித்திருந்தது. காப்பிக்கடை கனவான்களின் உலகங்களை விட அன்பு அத்தையின் உலகம் விசாலமாக இருந்தது. பொய்யாக இருக்கும் உண்மையை விட உண்மையாக இருக்கும் பொய் சுவாரஸ்யமானது. நானும் என் நினைவுப் பெட்டகத்தைத் திறந்து காட்டினேன், அவள் மனம் ரகசியம் காக்கும் என்ற நம்பிக்கையுடன்.

வழக்கம்போல் வெள்ளிக்கிழமை இரவு அத்தையை அழைக்கச் சென்றேன். 'ஆகாரத்துக்கு அப்பறம் சாப்பட்ற மருந்து சாப்பிடணும்' என்று வாசு அக்கா பையைச் சுட்டினாள். வண்டியில் ஏறிய மறு நொடி, 'இது என்ன ஊர்...' அத்தை தொடங்கிவிட்டாள். 'சென்னைதான்' என்றேன். 'அப்போ பீச் எங்க?' 'இருக்கே...' 'மஹாபலிபுரம்?' 'இருக்கே...' வீட்டிற்கு வந்து, 'அதான் எங்க?' என்றாள். நான் பதில் சொல்லவில்லை. 'அங்க ஒரு மகிஷாசுரமர்தினி இருக்கா.'

'ரொம்ப அழகான சிலை.'

'அது சிலை இல்லை, வாசவி, சிற்பம். புடைப்புச் சிற்பம். ஒரு குகைக்குள்ளே. மகிஷனை அழிக்கற தருணம். சிங்கத்து மேல தேவி சர்வாயுதபாணியா வரா. மகிஷனோட படை கிட்டத்தட்ட அழிஞ்சு போச்சு. சர்வநாசம். தேவியோட படைத் தலைவிகள் அரக்கர்களை அழிச்சுகிட்டிருக்காங்க. முன் கையில வில்லை வளைச்சு உடம்பை தந்தி முறுக்கின வீணை மாதிரி தேவி மிதக்கறதுதான் தெரியுது. ஆனா அம்பு இல்லை அங்க! அந்த வில்லில் இருந்து அம்பு புறப்பட்டுருச்சு. மகிஷன் கதையை தன் வலுவான கையிலிருந்து மாத்திட்டான். உடம்பு பக்கவாட்டுல திரும்பி காலை மடக்கிட்டான். தோல்வி பயம்

அவன் முகத்தில ஏறிடுச்சு! அவனே தோல்வியின் சின்னமா மாறிட்டான். அம்பு வில்லுலேருந்து புறப்பட்டு அதை பார்த்து பயந்து ஓட எத்தனிக்கற மகிஷனோட அந்த ஒத்தை நொடிய, அந்த வெற்றித் தருணத்தை, சிற்பி பார்த்திருக்கான் பாரு! அசைவுகள் உறைந்து ஒரு தருணம்!'

நான் கண்கள் இமைக்கவில்லை. 'உங்களுக்கு எப்படி இதெல்லாம் தெரியும்?'

'தாம்பரத்திலிருந்து போவோமே நம்மல்லாம்? மறந்துட்டியா, வாசவி?'

'நான் வாசவி இல்லை அத்தை' என்றேன் எரிச்சலுடன்.

'வாழ்க்கைக்கு துணை இருக்கணும்...'

'தேவிக்கு வில்லு மாதிரி?' என்றேன் அடுத்து அவள் பேசுவதற்குள்.

'கல்யாணம் அவசியம் இல்லை.'

'என்னது?' என்றேன் ஆச்சரியத்துடன்.

'நான் காலைலேருந்து சாப்பிடவே இல்லை. ஏன்?' அத்தை என்னை குழப்பமாகப் பார்த்தாள்.

'நான் பொய் சொல்லிட்டேன். மன்னிச்சுடுங்க' என்றேன்.

'எனக்கு தெரியும்' அத்தை கருணையோடு சிரித்தாள்.

# மார்ஷல் ரோடு

தங்க.ஜெய்சக்திவேல்

அந்த ரோட்டுக்குப் பெயர் 'மார்ஷல் ரோடு'.

எக்மோரில் உள்ளது. இப்பொழுது அந்த ரோட்டுக்குப் பெயர் வேறு. ராஜரத்தினம் ஸ்டேடியம் வந்தபின் அந்த ரோட்டுக்கும், அந்தப் பெயரே நிலைத்து விட்டது.

வரலாற்றில் மிக முக்கியத்துவம் வாய்ந்த ஒன்று அந்த ரோட்டில் இருந்தது என நண்பன் ரவி கூறக் கேட்டு அங்கு சென்றேன். அவன் அந்தத் தகவலை என்னிடம் கூறியதற்குக் காரணம் உள்ளது. நான் 'வானொலி தொடர்பான எதைப் பார்த்தாலும் என்னிடம் கூறு' என்று கூறியிருந்தது காரணமாக இருக்கலாம். ஆனால் அவனிடம் கூறியது 'பத்திரிகைகளில் வானொலி தொடர்பான தகவல் களைப் பார்த்தால் கூறு' என்று கூறியிருந்தேன். ஆனால் அவன் அந்தக் கட்டடத்தைப் பற்றியும் கூறியது ஒரு விதத்தில் மகிழ்ச்சிதான்.

பத்திரிகைகளில், வானொலி தொடர்பான தகவல்கள் சமீபகாலமாக அவ்வளவாக வெளிவருவதில்லை. நாங்கள் நடத்திய 'சர்வதேச வானொலி' மாத இதழில் 'பத்திரிகைகளில் வானொலி' என்று ஒரு பகுதியை எழுதி வந்தோம். அந்தப் பகுதிக்காக ஒருவரே அனைத்து நாளிதழ், வார மற்றும் மாத இதழ்களைப் பார்க்க முடியாது என்பதால் ரவி

போன்ற நண்பர்களிடம் வானொலி தொடர்பான தகவல்களைத் திரட்டித் தருமாறு கூறுவதுண்டு.

ஆனால் இப்பொழுதெல்லாம் வானொலி தொடர்பான செய்தி என்றால், அது தனியார் பண்பலை வானொலிகளைப் பற்றிய செய்திகள் மட்டுமே. பொதுத் துறை வானொலிகள் பற்றிய தகவல்கள் வெளிவருவது அரிதாகிவிட்டது. சமீப காலமாக நமது பிரதமர் வானொலியில் 'மனதின் குரல்' என்ற தலைப்பில் உரையாற்றத் தொடங்கிய பிறகு, பத்திரிகைகளில் தொடர்ந்து 'மன் கி பாத்' செய்திகள் வந்தபடி உள்ளன.

தொடர்பு சாதனங்கள் ஏதும் இல்லாத அந்தக் காலத்தில் வானொலி தான் மிக முக்கியமான தொடர்புச் சாதனமாக இருந்தது. 'அகில இந்திய வானொலி' இந்தியாவில் முதன்முதலில் தொடங்கப் பட்டபோதே சென்னையிலும் திருச்சியிலும் ஒரு சேர தொடங்கப் பட்டது என்றான் ரவி. ரவி ஒரு வானொலிப் பைத்தியம். எப்போழுது பார்த்தாலும் அதனை என்னோடு பகிர்ந்துகொள்வான். அப்படிதான் இந்தத் தகவலும் அவனுக்குக் கிடைத்திருந்தது.

மார்ஷல் ரோட்டில் சுதந்திரத்தின்போது கட்டப்பட்ட அகில இந்திய வானொலியின் கட்டடம் இடிக்கப்படவில்லை, அது இன்னும் அப்படியே இருக்கிறது என்று நீண்ட நாள்களாகச் சொல்லிக் கொண்டிருந்தான். ஆனால் என்னால் அதனை நம்ப முடியவில்லை. காரணம், அந்தக் கட்டடத்தின் பெயரே 'நேநூக் பில்டிங்'. அது இடிக்கப்பட்டுவிட்டதைப் பற்றி பல்வேறு செய்திகள், பத்திரிகைகளில் வந்ததை நானே படித்திருக்கிறேன். ஆனால் நெருப்பில்லாமல் புகையாதே, வேறு ஏதேனும் ஒரு வரலாற்றுக் கதை அதனைத் தேடிப் போகும்போது கிடைக்கலாம் என்ற கோணத்தில் இறங்கினேன்.நான் அந்தக் கட்டடத்தினை மையமாக வைத்து ஒரு ஆவணப்படம் எடுக்கத் திட்டமிட்டேன். அதனால் ரவியிடம் அது பற்றிய விபரங்களைத் திரட்டச் சொன்னேன். அவனும் மிக ஆர்வமாகக் களத்தில் இறங்கினான். எனக்கும் இருப்புக் கொள்ளவில்லை.

அவனை மீண்டும் மொபைலில் தொடர்புகொண்டு 'நீ சொல்ற அந்த கட்டடம் எங்க இருக்கு?' என்று கேட்டேன். அவன் 'அது எக்மோர் மியூசியத்திற்கு பின்னால இருக்கு' என்றான்.

எக்மோரில் உள்ள மியூசியத்திற்குச் செல்பவர்கள், பின்புறம் உள்ள வௌவால் மரத்தினைப் பார்த்துவிட்டு அப்படியே திரும்பியிருப் போம். அங்குள்ள வௌவால்கள் அனைத்தும் மிகப்பெரியவை.

சென்னையில் இவ்வளவு வெளவால்களை ஒரு சேரப் பார்ப்பது இயலாத காரியம். அவைகள் அனைத்தும் பல நூறு கிலோ மீட்டர்கள் சென்று உணவு சேகரித்து வரும். இந்த வெளவால்களைப் பார்த்த போது எனக்கு ஸ்ரீவைகுண்டம் அருகில் தாமிரபரணி ஆற்றங்கரையில் அமைந்துள்ள ஒரு பெரிய ஆலமரத்தில் பல நூறு வெளவால்கள் தொங்கிக்கொண்டிருக்கும் நினைவு வந்தது. அவை உணவுக்காக இலங்கைக்குச் சென்று வருகிறது என்று அந்தப் பகுதி மக்கள் சொல்லக் கேட்டு இருக்கிறேன்.

வெளவால்களுக்கும் ஒலி அலைகளுக்கும் ஒரு தொடர்புள்ளது. அவை மீயொலி எழுப்புபவை. 'மீயொலி என்றால் என்ன?' வானொலி அலைகளில் ஆர்வம்கொண்ட ரவிக்கும் அதனை அறிந்து கொள்வதில் ஆர்வம் இருந்தபடியால் இதே கேள்வியை ஒரு முறை கேட்டான். நானும் சற்று விரிவாக அறிந்தகொள்ள வேண்டி, ஒரு வானொலி நிலையத்தின் அறிவியல் நிகழ்ச்சிக்கு எழுதிக் கேட்டோம்.

நாங்கள் எப்பொழுது இதுபோன்ற சந்தேகங்கள் வந்தாலும் நாடும் வானொலி பிலிப்பைன்ஸ் தலைநகர் மணிலாவில் இருந்து சிற்றலையில் ஒலிபரப்பி வந்த 'வெரித்தாஸ் தமிழ்' வானொலிதான். இந்த வானொலியில் நேயர்களுக்காக 'கேள்வியும் பதிலும்' என்று ஒரு நிகழ்ச்சி. அதில் நேயர்களுக்கு எழும் சந்தேகங்களை எழுதி அனுப்பினால், அவர்கள் அந்த நிகழ்ச்சியில் பதில் தருவர். அப்படிதான், இந்த மீயொலி கேள்வியையும் எழுதி அனுப்பிக் கேட்டேன். அவர்கள் கூறிய பதிலைதான் ரவியிடம் கூறினேன்.

'□மீயொலி' என்பதை ஆங்கிலத்தில் கூறினால், அட இதுதானா அது என்று ஆச்சரியமாக இருக்கும். 'அல்ட்ரா' சவுண்ட் என்று இதனை கூறுவர். பல்வேறு மருத்துவ பரிசோதனைகளில் இது பயன்படுத்தப் படுகிறது. குறிப்பாக கர்ப்பம் தரித்திருக்கும் தாய்மார்களின் வயிற்றில் இருக்கும் குழந்தையின் நிலையை அறிந்துகொள்வதற்கு இது பயன்படுகிறது.' இதனைக் கூறியபோது, அட என்று ஆச்சரியம் கொண்டான் ரவி.

'மீயொலி என்பது ஒலியின் அதிர்வெண் 20,000 டெசிபில்க்கு மேற்பட்ட ஒலி அலைகளை கூறலாம். நம்மைப் போன்ற மனிதர்களால் 20 முதல் 20,000 டெசிபில் திறன்கொண்ட ஒலி அலைகளை மட்டுமே கேட்க முடியும். ஆனால் நாய்கள், டால்ஃபின்கள், வெளவால்கள் ஆகிய வற்றால் மீயொலியை எழுப்பவும், கேட்கவும் முடியும்' என்றேன்.

ஆச்சரியமாகப் பார்த்த ரவியிடம் தொடர்ந்தேன், 'பெரியவங்கள விட குழந்தைகளுக்கு உயர் அதிர்வெண்கொண்ட ஒலி அலைகளைக்

கேட்க முடியும். வௌவால்கள் இரவு நேரங்கள்ல பறந்து பயணம் செய்யும்போது அது உண்டாக்கற மீயொலிகள் பிற பொருட்கள்ல பட்டு எதிரொலிக்கும் அளவை உணர்ந்துக்கிட்டே தன் திசையை நிர்ணயிக்குது' என்றதுதான் தாமதம், உடனே ரவி கேட்ட முதல் கேள்வி, 'வானொலி அலைகள் எந்த வகையானது?' என்பதுதான். 'வானொலி அலைகள் மின் காந்த அலைகளாக வான்வெளியில் பயணிக்குது' என்றேன்.

'எக்மோர் அருங்காட்சியகத்திற்கு பின்னால ஒரு வௌவால் தங்கற மரம் இருக்குது. அந்த மரத்திற்கு பின்னால ஒரு பழைய கட்டடம் இருக்குது. இப்ப அந்த கட்டடம் ஒரு அரசு ஆபீஸா செயல்பட்டுட்டு இருக்குது. அந்த கட்டடம்தான் ஒரு காலகட்டத்துல அகில இந்திய வானொலியாக செயல்பட்டது' என்றான் ரவி. என்னால் அதனை நம்பமுடியவில்லை. காரணம், அந்தக் கட்டடம் இப்பொழுதும் இருக்கும் பட்சத்தில், அதுதான் இந்தியா சுதந்திரம் பெற்றபோது இருந்த வானொலி கட்டடங்களிலேயே பழமையான, இன்றைக்கும் இருக்கற வானொலி கட்டடம் ஆகும்.

அந்தக் கட்டடத்தினைப் பார்க்கச் செல்லும் முன் அது தொடர்பாக வந்த செய்திகளை எல்லாம் தேடிப்பிடித்துப் பார்க்கத் தொடங்கினேன். அந்தக் கட்டடத்தின் புகைப்படங்கள் இன்றுள்ள அகில இந்திய வானொலியின் வரவேற்பறையில் நீண்ட நாட்களாக வைத்திருந்தனர். ஆங்கில தி இந்து நாளிதழில் முத்தையா அவர்கள் இது பற்றி எழுதியுள்ளார். 'மெட்ராஸ் மியூசிங்ஸில்' ஒரு கட்டுரையும் வந்திருந்ததைப் பார்த்துள்ளேன். அவைகளை எல்லாம் எனது சேகரிப்பில் இருந்து எடுத்துப் பார்த்து மீண்டும் உறுதி செய்து கொண்டேன்.

'யார் உனக்கு அந்த கட்டடந்தான் பழைய வானொலி இருந்த இடம்னு சொன்னது?' என்று மொபைலில் அழைத்துக் கேட்டேன். அதே வானொலியில் பணியாற்றிய முன்னாள் வானொலிப் பணியாளர் ஒருவர்தான் தனக்குக் கூறியதாகக் கூறினான். அப்படியானால் அதிலும் ஒரு நம்பகத்தன்மை இருக்கதான் செய்கிறது. எனவே எனது ஆர்வம் இன்னும் இரட்டிப்பானது.

ஒரு நாள் எக்மோர் சென்று பார்ப்பது என்று தீர்மானித்தோம். அந்த நாளும் வந்தது. கேமரா சகிதமாகச் சென்று பார்த்தபோது, அது பிரம்மிப்பாகவே இருந்தது. அகில இந்திய வானொலியின் நாநூக் பில்டிங் எப்படி இருந்ததோ, அதே போன்ற ஒரு லுக்கை அது கொடுத்தது. காரணம், அதே வண்ணம், அதே போன்ற தூண்கள். அதனால்தான் அந்தக் கட்டடம்தான் வானொலி இருந்த இடமாக இருந்திருக்கவேண்டும் என்ற ஐயம் உருவானது போல.

வெளியில் நுழைவாயிலின் எதிர்ப்புறம் ஒரு மார்பளவுச் சிலை, வராந்தாவில் இரண்டு பெரிய தூண்கள். மேலே ஒரு சில பகுதிகள் சேதமடைந்து காணப்பட்டன. சுண்ணாம்புப் பூச்சு ஆங்காங்கே செதில் செதிலாகப் பிய்ந்து விழுந்திருந்தது. அவ்வளவாக பராமரிப்பு இல்லை என்றுதான் தோன்றியது.

ரவியைப் பார்த்தேன், 'என்ன செய்யலாம்?' என்றேன்.

'உள்ள போலாம்.'

'யாராவது கேட்டா, என்ன சொல்றது?'

'பழைய வானொலி நிலையம் செயல்பட்ட இடம்னு தெரிஞ்சு, பார்க்க வந்தோம்னு சொல்லலாம்' என்று திட்டமிட்டு உள்ளே நுழைந்தோம்.

புதியவர்களைப் பார்த்த அலுவலர்கள் சந்தேகப் பார்வையை வீசினர். நாங்களும் புதிய இடத்திற்கே உரிய நடையில் உள்ளே நுழைந்து, அங்கு பொறுப்பாளராக இருந்தவரிடம், விபரத்தினைக் கூறினோம். அவருக்கும் ஆச்சரியம். யாரோ சொல்ல தானும் இதனைக் கேட்டுள்ளதாகக் கூறினார்.

ஒரு சில ஆண்டுகளுக்கு முன்பு இங்கிலாந்தில் இருந்து ஒரு குடும்பம் அங்கு வந்ததாகவும், இந்த பங்களாவில்தான் தனது கொள்ளுத்தாத்தா பணியாற்றியதாகவும் கூறினார். எனக்கு இருப்புக் கொள்ளவில்லை. இது பற்றி இன்னும் விரிவாக அறிந்துகொள்ள வேண்டி பேச்சுக் கொடுத்தேன்.

'ஒரு காலத்தில் இந்த அருங்காட்சியகத்தின் கியூரேட்டர் தங்கியிருந்த பங்களாவாக இருந்துச்சு இது' என்றார் பொறுப்பாளர். இப்பொழுது எனக்கு மற்றும் ஒரு சந்தேகம் எழுந்தது. அப்படியெனில் இது தங்கும் இடமாகவும் இருந்திருக்கிறது. கியூரேட்டர் தங்கியது வானொலி செயல்பட்டதற்கு முன்பா? அல்லது பின்பா? அதை அறிந்து கொள்வது ஒன்றும் சிரமம் இல்லைதான். அதற்கு முன் அந்த பங்களாவை ஒரு சுற்று பார்த்துவிடத் தீர்மானித்தேன்.

கீழ்த் தளம் ஒரு பெரிய ஹாலாக இருந்தது. இப்பொழுது அதனை அலுவலகத்திற்குத் தகுந்தவாறு மாற்றி அமைத்திருந்தனர். ஒரு அரசு அலுவலகத்தின் லுக்கை அது கொடுத்தது. முதல் தளத்திற்குச் செல்ல வேண்டுமாயின் அந்த ஹாலுக்குப் பின்புறம் உள்ள மாடிப்படி களைத்தான் பயன்படுத்தவேண்டும்.

மரத்தாலான படிகள். அந்தப் படிகளில் ஏறும்போது டொக், டொக் என சத்தம் வரும். அந்த மரத்துப்படிகள் மேல் சணலால் ஆன

சிவப்புக் கம்பளத்தினை விரித்திருந்தனர். அதனால் கொஞ்சம் சத்தம் குறைவாகவே வந்தது. அந்தப் படிகளில் யார் ஏறினாலும், ஏதோ பழைய பங்களாவில் நுழைந்த ஒரு உணர்வைக் கொடுக்கும்.

மாடிப்படிகளில் ஏறியபோது, அங்கு பணியாற்றிக்கொண்டு இருக்கும் ப்யூன் என் கையில் இருக்கும் கேமராவைப் பார்த்து விட்டார். 'எதுக்கு வீடியோ எடுக்கறீங்க?' என்று கேட்டார். காரணத்தைச் சொன்னேன். அவருக்கு நான் சொன்னதில் திருப்தி ஏற்படவில்லை போலும். சந்தேகப் பார்வையோடே சென்றார். ஆனாலும் நான் கேமராவை நிறுத்தவில்லை. காரணம், அடுத்த முறை இது போன்று உள்ளே வந்து வீடியோ எடுக்க அனுமதிக்கவில்லை என்றால், எல்லாம் வீணாகிவிடும் என்று நினைத்திருந்தேன்.

மேலும், இது வானொலியாக செயல்பட்ட கட்டடம்தான் என்ற தீர்மானத்திற்கும் வந்திருந்தபடியால், மூலை முடுக்குகள் அனைத்தினையும் முடிந்தவரையில் காட்சியாகப் பதிவு செய்துவிட வேண்டும் என்று நினைத்திருந்தேன்.

மேல்தளத்தில் பார்த்த காட்சி இன்னும் ஆர்வத்தினைத் தூண்டியது. அதற்குக் காரணம், அங்கு சிறிய அறைகள் பல இருந்தன. அவைகள் ஒவ்வொன்றும் ஒரு ஸ்டுடியோவாக இருந்திருக்கலாம் என முடிவு செய்து கொண்டேன். நடுவில் ஒரு பெரிய ஹால், அதனைச் சுற்றிலும் இரண்டு புறமும் சிறிய அறைகள். அவை அனைத்தும், இப்பொழுது அலுவலக அதிகாரிகள் அமரும் இடங்களாக மாற்றம் செய்யப்பட்டு இருந்தன.

மேல் தளத்தில் ஒரு அறையில் இருந்த ஒரு பெண் அதிகாரி கேட்டார், 'எதற்காக இங்க வந்திருக்கீங்க?' என்று.

'சுதந்திர போராட்ட காலத்துல இங்கதான் வானொலி நிலையம் செயல்பட்டுச்சு.'

'அது எப்படி உங்களுக்கு தெரியும்?'

'சொன்னாங்க.'

'யார் சொன்னாங்க?'

என்னிடம் இந்தக் கேள்விக்கு பதில் இல்லை. சற்று யோசித்தேன். அதுதானே... யார் சொன்னார்கள், சொன்னவருக்கு எப்படித் தெரியும், அவருக்குச் சொன்னவர் எதன் அடிப்படையில் சொன்னார் என இப்படிப் பல கேள்விகள். இப்படி யோசித்துக்கொண்டு இருக்கும்போதே, 'உங்களைதான் கேட்கறேன்' என்றார்.

'வானொலி நிலையத்தில சொன்னாங்க' என்று கூறி, அவர் கேள்விகளுக்கு முற்றுப்புள்ளி வைத்தேன். அதன்பின் அவர் கூறியதுதான் எனக்கும் ரவிக்கும் அதிர்ச்சியாகவும் ஆச்சரியமாகவும் இருந்தது.

நாங்கள் தேடிச் சென்ற இடம் சரியானதாக இருக்க வாய்ப்புள்ளதாகத் தீர்மானித்தோம். அவர் சொன்னார், 'இங்க நான் சொல்றத யாரும் நம்ப மாட்டேங்கறாங்க...' என்றார்.

'ஏன்?'

'முதல்ல உட்காருங்க, இத விரிவா சொல்லணும்...' அமர்ந்தோம்.

'கொஞ்ச நாளாவே எனக்கு ரேடியோ பாடறாப்ல சத்தம் கேட்டுக்கிட்டே இருந்துச்சு. ரேடியோவுல அறிவிப்பு சொல்றாப் பிடியும் அப்பப்ப கேட்குது. நானும் மொதல்ல அத பெருசா எடுத்துக்கல. கொஞ்ச நாள்ல அதுவே சுவாரஸ்யமா இருந்ததால நானும் தொடர்ந்து அந்த ரேடியோவ கேட்க ஆரம்பிச்சுட்டேன். கொஞ்ச நாள்ல இந்த ஆபிஸ்ல இருக்கறவங்க, என்ன ஒரு மாதிரியா பாக்க ஆரம்பிச்சுட்டாங்க. அது ஏன்னு எனக்கு மொதல்ல தெரியல, அப்புறந்தான் தெரிஞ்சுது, நா யாராச்சும் வந்து கதவ தட்டுனாகூட ஒரு ரெஸ்பான்ஸூம் பண்ணாம இருந்திருக்கறேன்... கதவத் தொறந்து பாத்தவங்களுக்கு ஒரே அதிர்ச்சி. நா பாட்டுல கண்ண மூடிட்டு தலைய அசச்சு, எனக்கு மட்டும் கேட்ட பாட்ட ரசிச்சிட்டு இருந்திருக்கேன். இந்த விஷயத்த மேலதிகாரிங்க கிட்ட கொண்டுபோயிட்டாங்க. அவரும் என்ன விசாரிச்சார், எனக்கு ஏற்பட்ட எக்ஸ்பீரியன்ஸ சொன்னேன். அவருக்கு நா என்னசொல்ல வர்றேன்னு புரியல. கொஞ்ச நாள்ல என்ன, இந்த ஆபீஸ்ல யாரும் கண்டுக்கல. நானும் அத பெரிசா எடுத்துக்கல. இதோ, இப்ப நீங்க ரேடியோன்னு சொல்லி வந்திருக்கீங்க.'

எனக்கு என்ன சொல்வது என்று ஒன்றும் புரியவில்லை. உடனே ரவி ஆர்வக்கோளாறில், அவரது பிரச்சினையை உள்வாங்கிக் கொள்ளாமல், 'நீங்க கேட்ட ரேடியோல எந்த அறிவிப்பாளர் பேசுனாரு?' என்றான். நான் அவனைப் பார்த்து முறைத்தேன்.

'உங்களுக்கு இப்பவும் ரேடியோ கேட்குதா?'

'நீங்க வர்றதுக்கு முன்னாடி கூட, கேட்டுட்டுதான் இருந்தேன்.'

'என்ன கேட்டீங்க?'

‘வௌவால்கள் எழுப்புற மீயொலி பற்றி ‘கேள்வியும் பதிலும்’ நிகழ்ச்சியில யாரோ ஒரு நேயர் கேட்ட கேள்விக்கு பதில் சொல்லிட்டு இருந்தாங்க...’

ரவியும் நானும் ஒருவரை ஒருவர் பார்த்துக்கொண்டு, பேசாமல் அவரிடமும் எந்த பதிலும் சொல்லாமல் அந்த பங்களாவை விட்டு வெளியேறினோம்.

www.ingramcontent.com/pod-product-compliance
Lightning Source LLC
LaVergne TN
LVHW100547051026
849519LV00003B/869

* 9 7 8 9 3 8 6 7 3 7 3 7 3 *